# നിണപ്പാടുകൾ

ആനന്ദവല്ലി ചന്ദ്രൻ

ISBN 979-888629203-9

# ഉള്ളടക്കം

# മുഖവുര

കവിതയിലെ ചില സഞ്ചാരപഥങ്ങൾ

*****

സത്യാനന്തരകാലത്തിരുന്ന് കവിതയെ ചിന്തിയ്ക്കുമ്പോൾ

അതു കടന്നു വന്ന വഴികളെക്കുറിച്ചും അതിൻ്റെ പുതുവഴികളെക്കുറിച്ചും അശേഷം ആശങ്കയില്ല. ഭാഷ വഴങ്ങാത്ത ഒരു കാലത്ത് അയൽഭാഷ ചേർത്തുവെച്ച്

മലയാളി കവിത എഴുതിത്തുടങ്ങിയതാണ്.

കവിത രണ്ടുതരമേ ഉള്ളൂ എന്നും, കവി എന്നത് ലിംഗഭേദമില്ലത്ത സർവ്വനാമമാണെന്നും തിരിച്ചറിഞ്ഞാണ് എപ്പോഴും കവിതകളെ സമീപിക്കാറുള്ളത്. പിന്നെയും വിശദീകരിച്ചാൽ ഗദ്യകവിതയെന്നും പദ്യകവിതയെന്നും തിരിവില്ലെന്നും , കവിത മാത്രമേയുള്ളൂ എന്ന കാര്യത്തിലും സന്ദേഹമേതുമില്ല.

ഇത്രയും പറഞ്ഞുവെച്ചത് നിണപ്പാടുകൾ എന്ന

ആനന്ദവല്ലി ചന്ദ്രൻ്റെ നൂറ്റമ്പതോളും രചനകളിലൂടെ കടന്നു പോവുകയും അതിനൊരു മുന്നുര എഴുതുക എന്ന കടമയിലേയ്ക്ക് കടക്കുകയും ചെയ്യുന്നതിന് മുന്നോടിയായിട്ടാണ്.

അഞ്ചു പുസ്തകങ്ങൾ പ്രസിദ്ധീകരിച്ച എഴുത്തുകാരിയാണവർ.

അതിൽ കവിതയും കഥയും ലേഖനങ്ങളും ഇംഗ്ലീഷ് രചനകളും ഒക്കെ ഉണ്ട്. രചനകളിലെ സത്യസന്ധതയ്ക്കൊപ്പം കവിത സഞ്ചരിക്കുന്നില്ല എന്ന അനുഭവം വായനയിൽ ഒരു പ്രശ്നം തന്നെ ആവുമ്പോഴും സൂക്ഷ്മനിരീക്ഷണങ്ങളും, പ്രകൃതിയിലേക്ക് തുറക്കുന്ന നോട്ടങ്ങളും കരുണയുടെ തൂവൽ സ്പർശനങ്ങളും ഇതിലെ രചനകളിൽ മിന്നി നിൽക്കുന്നുണ്ട്.

നിരീക്ഷണങ്ങൾ എന്നു പറയുമ്പോൾ ഒരു ശലഭത്തിൻ്റെ സെൻസറിനെ സ്ട്രോയിലേയ്ക്ക് അന്വയിക്കുന്ന സൂക്ഷ്മത ഉണ്ട്.

ഇടിത്തീ വീഴുന്ന തെങ്ങിൻതലപ്പിലെ അഗ്നിനാളം ഉണ്ട്.

നന്മകൾ ഹൈലൈറ്റ് ചെയ്യുന്ന അൽത്താരകൾ ഉണ്ട്.

അങ്ങനങ്ങനെ.....

പ്രകൃതിയിലേയ്ക്ക് സ്വയം തുറന്നു വെയ്ക്കുന്നവരാണ് കവികൾ. അവരുടെ കാഴ്ചക്കളിലത്രയും പ്രകൃതിയ്ക്ക് അനേകം നിറങ്ങളും വഴികളും തുറസ്സുകളുമാണുള്ളത്.

അങ്ങനെ ഒരു തുറസ്സിൽ നിന്നാണ് ലതീഫ് നായക്കുട്ടിയോട് ഇടപെടുന്നത്. കൊറ്റിയും പൊന്മയും നൈതികതയുടെ

ഭാഗം ആവുന്നത്.

കീഴടങ്ങുന്ന പെണ്ണുങ്ങളെയാണ് കവി പലപ്പോഴും മുന്നോട്ട് വെയ്ക്കുന്നത്. പൊരുതി നിൽക്കുന്ന എക്കാലത്തേയും സ്ത്രീശക്തിയെ ഈ രചനയിൽ കണ്ടെത്താൻ കഴിയുന്നില്ല എന്ന പോരായ്മ അടയാളപ്പെടുത്തുന്നു. അങ്ങനെ ധാരാളം സ്ത്രീകൾ നമുക്ക് ചുറ്റും ഉണ്ടെന്നത് വേണ്ടത്ര ശ്രദ്ധിക്കുന്നില്ല നാം.

ഏറ്റവും കാലിക പ്രസക്തിയുള്ള കൊറോണ വരെ കവിതയ്ക്ക് വിഷയം ആവുന്നുണ്ട്. ആശുപത്രി ദുരന്തം, മത്സ്യത്തൊഴിലാളികൾ, വാർദ്ധക്യത്തിൻ്റെ ആകുലതകൾ ഒക്കെ കവി സ്പർശിയ്ക്കുന്നുണ്ട്.

'എന്നാൽ പഠിച്ചോ വല്ലതും '

എന്ന ചോദ്യം കാലങ്ങളായി മനുഷ്യൻ സ്വയം ചോദിച്ചു പോരുന്നതാണ്.

ഭൂതകാലത്തിലൂടെയാണ് കവി കൂടുതലും സഞ്ചരിക്കുന്നത്.

ബാല്യസ്മൃതിയിലെല്ലാം ആ നൊസ്റ്റാൾജിയ നിറയുന്നുണ്ട്.

ഭൂതായനത്തിനൊപ്പം പ്രവാസവും കവിയുടെ സജീവമായ പ്രമേയം ആണ്. 'എവിടെയൊക്കെയോ കുടുകൾ വെയ്ക്കുന്നു നാം ' എന്നതിൽ പ്രവാസത്തിൻ്റെ വേരില്ലായ്മ സ്പഷ്ടം.

'വേരുകളറ്റൊരു ലോകം നമ്മുടെ വേരുകളൊക്കെ മുറിച്ചു കളഞ്ഞവരാരാണെന്നറിയില്ല മണ്ണിൽ വേരുപിടിക്കുന്നില്ലാ വീണ്ടും ' എന്ന് പാലൂർ അതിനെ സമഗ്രതയിൽ പറഞ്ഞത് ഇന്നും ദീപ്തമായ ഓർമ്മകൾ.

പ്രവാസത്തേയും, ജീവിതത്തേയും, വാർദ്ധക്യത്തേയും അടയാളപ്പെടുത്തുന്ന ഭാഷ കുറേക്കൂടി കുറ്റമറ്റതാക്കാമായിരുന്നു. മാത്രമല്ല ചില തത്ത്വചിന്തകൾ ക്ലീഷേ ആയി മുഴച്ച് നിൽക്കുന്നുമുണ്ട്. കവിതയെ മനനം ചെയ്തതിൻറെ പോരായ്മ പല രചനകളിലും പ്രതിഫലിക്കുന്നു. അപ്പോഴും ജീവിതത്തെച്ചേർത്തുപിടിച്ച് മുന്നോട്ടു പോകാനുള്ള ത്വര ഈ കവിയുടെ പ്രസാദാത്മകതയാണ്.

അത്ര പതിവില്ലാത്ത വിധം ചില ഇംഗ്ലീഷ് രചനകളും,അതിൻറെ സ്വന്തം വിവർത്തനങ്ങളും നിണപ്പാടുകളിൽ ഉൾപ്പെടുത്തിയിട്ടുണ്ട്.

' when I plant kisses

on a baby's cheeks

I cannot take back it '

എന്നെഴുതുമ്പോൾ ആ കുട്ടിയുടെ കവിളിൽ സ്നേഹത്തിൻറെ നിത്യമുദ്ര ചാർത്തപ്പെടുകയാണ്.

ഒരു കുസൃതിക്കവിത ഏറെ കൗതുകം തോന്നി. അതിൽ വേറേ പാറ്റേണിലുള്ള മനുഷ്യശരീരത്തെ സങ്കൽപ്പിക്കുകയാണ് കവി. അംഗങ്ങൾ സ്ഥാനവും ഇടവും മാറുകയാണ്. അതിലെ ചിന്ത രസകരമായി .അതു പോലെ സ്വാതന്ത്ര്യം എന്നത് സ്വന്തം കാര്യത്തിലുള്ള തന്ത്രം എന്ന നിർവ്വചനവും .

മോഹനീയമീയനുരാഗമെന്ന് പ്രണയമെന്ന കവിത പറയുമ്പോൾ അനുരാഗം കവിതയോട് തന്നെയാണ്.ചെറിയ ചിന്തകളാണ് കവി പങ്കുവെയ്ക്കുന്നത്. അസാധാരണമായ ഭാവനയുടെ സാദ്ധ്യതകൾ ഈ രചനകൾ റദ്ദ് ചെയ്യുന്നു. കവിതയ്ക്കുള്ളിലെ കവിത തേടിയാലും വായനക്കാർ നിരാശരാവും. അറിവ് വിരൽത്തുമ്പിലാവുമ്പോൾ അദ്ധ്യാപകരുടെ സ്ഥാനം എന്താവുമെന്ന അസ്വസ്ഥതയ്ക്കപ്പുറത്തേയ്ക്ക് മാറ്റത്തിൻറെ അനിവാര്യത കവി കണക്കാക്കുന്നേയില്ല .അത്തരം വൈരുധ്യാധിഷ്ഠിതമായ ചിന്തകളിലേയ്ക്കും പുതിയ സൗന്ദര്യസങ്കൽപ്പത്തിലേയ്ക്കും കടന്നു നിൽക്കേണ്ടതാണ് പുതുകവിതകൾ - തെറ്റി ;എല്ലാക്കവിതകളും .

കവിതയുടെ പല വെർഷൻസ്, മനുഷ്യനും ജീവിതവും തമ്മിലുള്ള ബന്ധത്തെ അടയാളപ്പെടുത്തുന്നുണ്ട്. വാർദ്ധക്യത്തിൻ്റെ വിഹ്വലതകൾ പ്രമേയമായ പല രചനയും ഈ സമാഹാരത്തിൽ കാണാം. ആത്മഹത്യകളും നഗരക്കാഴ്ചകളുടെ അസമത്വങ്ങളും പ്രമേയമായ കവിതകളിൽ ആവർത്തിക്കുന്ന ബിംബങ്ങളുടെ പൊതു സ്വഭാവം എഡിറ്റിംഗിൻ്റെ അഭാവത്തെ സൂചിപ്പിക്കുന്നു. കവിതകളിൽ ആവർത്തിച്ചു വരുന്ന നീ - ഞാൻ പ്രയോഗങ്ങളെ സർവ്വനാമങ്ങൾ കൊണ്ട് പരിഹരിക്കാവുന്നതായിരുന്നു.

സമാഹാരത്തിലെ 'സൗദാമിനി 'എന്ന രചന എനിക്ക് ഒരുപാട് ഗൃഹാതുര ചിന്തകൾ സമ്മാനിച്ചു .ആ പേരുണ്ടായിരുന്ന മരിച്ചു പോയ ചേച്ചിയേയും 'സൗദാമിനീ വിഭ്രമത്തെപ്പോലെ 'എന്ന മലയാളം മുൻഷി സാറിൻ്റെ ക്ലാസ്സിനേയും മാത്രമല്ല ഒരു മഴക്കാലത്ത് ഇടിവെട്ടിപ്പോയ 12 തെങ്ങുകളേയും ഓർമ്മിപ്പിച്ചു. തെങ്ങിൻ്റെ മണ്ടയിൽ നിന്നു കത്തിയ ഇടിത്തീ ഇപ്പോഴും ഉള്ളിൽ കത്തുന്നുണ്ട്.

പത്രവാർത്തകൾ കവിതയാക്കുമ്പോൾ ( പ്രതികാരവിത്ത് ) അതിലെ വരികൾക്കിടയിലെ വായന അനുഭവമാവേണ്ടതാണ്. അവിടെ നിന്ന് പാൽക്കഞ്ഞിയിലെത്തുമ്പോൾ കുട്ടിമനസ്സ് നിറഞ്ഞ് തുളുമ്പേണ്ടതും .

ഒരു കവിയുടെ ശക്തി അവരുടെ വേറിട്ട ഭാഷയാണ്.

രേണുകുമാർ ഒക്കെപ്പറയുമ്പോലെ ഭാഷ അവരവരുടെ സ്വത്വം തന്നെയാണ്. 90 കൾക്കു ശേഷം കാവ്യഭാഷയിൽ വലിയ മാറ്റങ്ങൾ വന്നിട്ടുണ്ട് മലയാളത്തിൽ . ..ചമയങ്ങളും അലങ്കാരങ്ങളും അടർത്തിക്കളഞ്ഞ് സാധാരണ സംസാരഭാഷയിലേയ്ക്കും, പ്രാദേശികത്തനിമയിലേയ്ക്കും നമ്മുടെ കവികൾ ധീരമായ ചുവടുകൾ വെച്ചിട്ടുണ്ട്.

അതിനാൽ തന്നെ അച്ചടിഭാഷ ചെടിയ്ക്കുന്നുമുണ്ട്.

'കുക്കുടത്തിൻ്റെ അലാറം'

'വിഹഗങ്ങൾ വിഹായസ്സിലേക്ക്'

തുടങ്ങിയ പ്രയോഗങ്ങൾ ഒഴിവാക്കാവുന്നവ തന്നെ .

അങ്ങനെ ചെയ്താൽ രചനയ്ക്ക്

ഒരു തരക്കേടും ഉണ്ടാവാൻ പോകുന്നുമില്ല.

ഏകലവ്യൻ എന്ന കാവ്യബിംബം അനവധി മാനങ്ങൾ ഉള്ളതാണ്. അത് ഒരു ഉപകഥ എന്നതിനപ്പുറത്തേയ്ക്ക് വികസിക്കാതെ പോയത് ഗുരുവിനെ മനസ്സാവരിയ്ക്കുന്ന

ശിഷ്യസങ്കൽപ്പത്തെ ഉൾക്കൊള്ളാത്തതുകൊണ്ടാണ്.

സമാഹാരത്തിൻറെ അവസാന ഭാഗത്ത് ചേർത്തിരിക്കുന്ന ഹൈക്കുകൾ , ഹൈക്കു എന്ന ജാപ്പനീസ് സമ്പ്രദായത്തിൽ നിന്ന് മാറി നിൽക്കുന്നു. മൂന്നു വരികളിൽ ഒരാശയം പൂർത്തിയാവുന്നില്ല പലതിലും .

അഷിതയുടെ ഹൈക്കുകൾ

പകർന്നുതരുന്ന പൊള്ളലുകൾ

'ചെമ്പകമൊട്ടിൽ

ചുവന്നരശ്മിജാലം

സൂര്യനു കീഴേ ' എന്ന

അക്ഷരമൊക്കുമ്പോൾ

ലഭിക്കാതെ വരുന്നതതുകൊണ്ടാണ്.

കവിതയോടുള്ള ഇഷ്ടംപോലെ അതിലുള്ള തപസ്സും അനിവാര്യമാണ്. പ്രതികരിക്കുന്ന ഒരു മനസ്സാണ് കവിതകളും കഥകളും ചിത്രങ്ങളുമൊക്കെയായി പുറത്തു വരുന്നത്.

മനുഷ്യൻ ഉണങ്ങാതിരിക്കുന്നതും ഉണർന്നിരിക്കുന്നതും

ഉണ്മയിലേയ്ക്ക് ചിറകുവിടർത്തുന്നതും, അവരുടെ സർഗ്ഗശേഷികൊണ്ടാണ്. ഓരോ രചനയും സ്വാതന്ത്ര്യത്തിലേക്കുള്ള ഓരോ കുതിപ്പുകളാണ്. 'എങ്ങെങ്ങുമർത്ത്യൻറെ ചെത്തവും ചുരുമുണ്ടങ്ങെങ്ങു മുഴുവൻ വെളിച്ചം വെളിച്ചമെന്ന ഉള്ളുനുറുങ്ങിയ പ്രാർത്ഥനകളാണവയുടെ നിറവ്.

ആ അർത്ഥത്തിലേയ്ക്ക് കടന്നുനിൽക്കുന്ന രചനകൾ ഉണ്ടാവട്ടെ. ആനന്ദവല്ലി ചന്ദ്രൻറെ ഈ രചനകളിലൂടെ കടന്നുപോകുമ്പോൾ കവിതയുടെ ചില നുറുങ്ങുവെട്ടങ്ങൾ എന്നെ

തൊട്ടു പോകുന്നതിൻ്റെ ധന്യത നിങ്ങൾക്ക് പങ്കുവെയ്ക്കുന്നു. ഒന്നും അവസാനവാക്കല്ല . അങ്ങനെ ഒരു വാക്ക് ഇല്ല എന്നതാണ് കവിതയുടെ നൈരന്തര്യവും.

സ്നേഹാദരങ്ങളോടെ...

ഉഴവൂർ ശശി

9820466566

ഏപ്രിൽ ,7,2021

# 1. DICLAIMER

This book is a collection of different MALYALAM poetries written by our extra ordinary and talented author MS. ANANDAVALLI CHANDRAN The whole content of this book is original work of the author.
The team has worked extremely hard to make it best.

PRINTING DATE
13/2/2022

# 2. AUTHOR'S INTRODUCTION

ആനന്ദവല്ലി ചന്ദ്രൻ

മലപ്പുറം ജില്ലയിലെ മംഗലത്താണ് ജനിച്ചത്.
കേരളത്തിലായിരുന്നു വിദ്യാഭ്യാസം. വളരെക്കാലമായി
മുംബെയിൽ താമസം. ബ്ലോഗുകൾ (ഇംഗ്ലീഷിലും,
മലയാളത്തിലും) എഴുതുന്നു. ആനുകാലികങ്ങളിൽ രചനകൾ
(കവിതകൾ, കഥകൾ, യാത്രാവിവരണം, ലേഖനം തുടങ്ങിയവ
) വന്നിട്ടുണ്ട്. "മിഴിയീർപ്പം ," "ഒരിഴ", "നിണപ്പാടുകൾ " എന്നീ

കവിതാ സമാഹാരങ്ങളും,"കളിക്കോപ്പുകൾ " എന്ന കഥാസമാഹാരവും പ്രസിദ്ധീകരിച്ചിട്ടുണ്ട്. ഇംഗ്ലീഷ് കവിതകൾ , ആന്തോളജികളിൽ ചേർത്തിട്ടുണ്ട്. ഇംഗ്ലീഷ് കവിതകളുടെ രണ്ട് സമാഹാരങ്ങൾ പ്രസിദ്ധീകരിച്ചിട്ടുണ്ട്. "Deafening Silence"( Collected Poems in English : Vol: 1)എന്ന കൃതിക്ക് ഷെയറിംഗ് സ്റ്റോറീസിന്റെ വക അവാർഡും, Best Indian Author Awards 2021 by Literatureslight and Crtic Space for Literary Awards ൻെറ അവാർഡും ലഭിച്ചിട്ടുണ്ട് . " Undying Love " ( Collection of Poems in English : Vol : 2 ) എന്ന കൃതി The Eternal Quest , നോമിനേറ്റ് ചെയ്തിട്ടുണ്ട്. കൂടാതെ ചില കൂട്ടായ്മ പ്രസിദ്ധീകരണങ്ങളുമുണ്ട് .

കുടുംബം :

1. ഭർത്താവ് (പരേതൻ ) : ടി. സി. രാമചന്ദ്രൻ

2 മക്കൾ :ബിജോയ് ചന്ദ്രൻ & ബിനോയ് ചന്ദ്രൻ

3. മരുമക്കൾ: സരോജ് നായർ & നേഹ സഹായ്

4. ശൗര്യ( പേരമകൻ)

# Samarppanam

(Dedicated to my parents)
Late Father Shri. P. Govindan Kutty Nair
and
Late Mother Smt. P. P. Kallyanikutty Amma

# കുടുംബ ചിത്രം

# 3. NAMES OF POEMS AND THEIR PAGE NUMBER

# 4. WRITINGS

*1 . ഹരിശ്രീയായ്...*

ആദ്യാക്ഷരി മൌനമായ്
പൊൻ മോതിരത്താൽ
നാവിൽ കുറിച്ചപ്പോൾ
മനസ്സിൽ തെളിഞ്ഞ് ഒളി
ചാർത്തിനിന്ന രൂപവും,
ശബ്ദവും സരസ്വതീ
ദേവിയായി നിനച്ച്
കൈകൾ കൂപ്പുന്നേൻ.
സ്വരരാഗസുനന്ദേശ്വരി
വീണാതന്ത്രികൾ മീട്ടി
വിശ്വമോഹിനീ വിമലം
വിരാജിയ്ക്ക സന്തതം
ഹൃദയസൂനത്തിലക്ഷീണം
നാവിൻതുമ്പിലനുസ്യൂതം
നിർല്ലോഭ നിർദ്ധരിയായ്
നിരന്തര സംഗീതമായ്.
ഹേമാംബികേ ഭക്തവത്സലേ
ജ്ഞാനം നിറച്ച് അനുഗ്രഹിച്ച്
വരദായിനീ ലോകനന്മയ്ക്കായ്
ക്ഷേമവാക്കുകൾ ചൊരിഞ്ഞ്
അക്ഷരപൂജ നടത്താൻ ഹൃത്തിൽ

ഹരിശ്രീരാഗമായ് നൃത്തമാടൂ.
-ആനന്ദവല്ലി ചന്ദ്രൻ
***


## 2. ഇതെന്തു പ്രതിഭാസം?

ഇത് ഒക്ടോബറിൽ
പതിവുള്ളതല്ല
ഈ നഗരത്തിലൊട്ടും.
രണ്ടു ദിവസമായി
പകൽ മൂന്നു മണിയോടെ
ഭാസ്ക്കരൻ മറയുന്നു
ധരണിയിരുട്ടിലും.
ഇടിയും മിന്നലും
ഞൊടിയിടയിൽ;
ചിതറിച്ചിതറി മഴ
ഭൂമി നനയാൻ മാത്രം.
ഇരുട്ടിന് ശക്തി പോരാ -
ഞെന്നവണ്ണം പവർകട്ടും
കാലവും കോലവും ഒന്നായി.
ഇന്ത്യയിലെ ഐ എസ് ആർ ഓയും
ഫ്രാൻസിലെ സി എൻ ഇ എസും
ഒരുമിച്ചല്ലോ മേഘ- ട്രോപിക്സും
മറ്റു മൂന്നെണ്ണവും
കൂട്ടിനയച്ചതൊരുമിച്ച് !
ഉയരേ ഉയരേ ഭൂമി തൻ
ഭ്രമണപഥത്തിൽ
വളരെയകലെ വെന്നി -
ക്കൊടി പറത്തി,

വർഷപാതത്തെക്കുറിച്ചറിയാൻ.
ഇനി അവിടെ വല്ലവരും
താമസക്കാരുണ്ടോ? ആർക്കറിയാം?
പ്രതിഷേധമാണോയെന്തോ
അല്ലാതെയിതെന്തു പ്രതിഭാസം?
-ആനന്ദവല്ലി ചന്ദ്രൻ

***

## 3. തരൂ എനിയ്ക്കാസുഖം

മയങ്ങാൻ തുടങ്ങിയനേരം
നോക്കി കവിത തുളുമ്പി-
യൊഴുകും വാണിമുത്തുകൾ നൃത്തം
ചെയ്തെന്റെ മനോമുകുരത്തിൽ
ഒളിഞ്ഞും തെളിഞ്ഞും.
മോഹിനികളവരപ്രത്യക്ഷരായി
ഉണർന്നെണീറ്റയെൻ
ബോധനിമിഷങ്ങളിൽ ;
നിങ്ങളെന്തിനെന്നെ
വ്യഥാ മോഹിപ്പിച്ചു
ഊറിച്ചിരിയ്ക്കാൻ മാത്രമായി ?
ഇനി നിങ്ങളെ വരുത്താൻ
ഞാനെന്തു ചെയ്യേണ്ടു ?
ഒരുപിടിയുമില്ലാതായല്ലോ
പിടിച്ചുവെയ്ക്കാനൊട്ടായതുമില്ല .
ആ അനർഘനിമിഷങ്ങൾ
മറഞ്ഞുപോയോ? എന്നേയ്ക്കുമായി!
വല്ലപ്പോഴുംമാത്രം വീണുകിട്ടുന്നയീ
നിമിഷങ്ങൾ പാഴിലായതിൽ

ഖേദിയ്ക്കയല്ലാതെ മറ്റെ-
ന്ത്ചെയ്യട്ടെ ഞാൻ ?
വന്നെത്തുവിൻ നൃത്തമൊരുക്കുവിൻ
മേളിച്ചീടുവിൻ സദാ ആവോളം
ഒരിയ്ക്കൽക്കൂടിയെൻറെ
ബോധസുന്ദരവീഥികളിൽ ;
തരൂ എനിയ്ക്കാസുഖം വീണ്ടും.
-ആനന്ദവല്ലി ചന്ദ്രൻ
***


# 4. കുഴിയാനകൾ നമ്മൾ


ഉണങ്ങിയ മണലിലെ
കുഴികളിൽ നിന്നോരോന്നായ്
പുറത്തു കടന്നിട്ടോടും
കുഴിയാനകളെ ഓടിച്ച് പിടി-
യ്ക്കാനെന്ത് രസമായിരുന്നന്ന്.
വെറും നിരുപദ്രവികൾ
കുഴപ്പക്കാരുമല്ലവർ .
ആരെങ്കിലും പിന്നാലെ
വരുന്നെന്നറിഞ്ഞാൽ
കുഴിയാനകളോടിയൊളിയ്ക്കും
മണ്ണിലവതന്നെ കുഴിച്ച
ചന്തമേറുമാക്കുഴികളിൽ.
ചിലന്തികളുമായ് സാദൃശ്യം
എന്നാൽ നീണ്ട കാലുകളില്ല
ഉണക്കമണ്ണിന്റെ നിറമവയ്ക്ക് ;
എത്ര കുഴിയാനകളെക്കണ്ടു
എത്രയെണ്ണം കൈയ്ക്കുള്ളിലാക്കി

എന്നൊക്കെ ചർച്ചയായിരുന്നൂ
കൊച്ചുകുട്ടികൾ, ഞങ്ങൾക്ക്
കുഴിയാനകൾ കൂട്ടുകാർമാത്രം.
ഇന്നിവിടെ നമ്മളിൽപ്പലരും
ഒളിയ്ക്കാൻ വെമ്പും കുഴിയാനകൾ
സുരക്ഷിതമാളങ്ങളില്ലാതെ;
എങ്ങും അരക്ഷിതാവസ്ഥ;
കള്ളന്മാർ ,ചതിയർ , ചാവേർ
ബോംബാക്രമണമൊരുക്കുന്നവർ
കൊലപാതകികൾ കൊള്ളലാഭക്കാർ
എന്തിനുമേതിനും തീ പിടിച്ച വിലയും.
വിഷമിയ്ക്കുന്നു ജീവിയ്ക്കാൻ
ഈ കുഴിയാനകൾ എവിടെയൊളിയ്ക്കും?
-ആനന്ദവല്ലി ചന്ദ്രൻ

***


# 5. ചിറകറ്റ പൂമ്പാറ്റ


സ്വപ്നലോകമാണവളുടെ
വിഹാരകേന്ദ്രം; അഞ്ചാം
ക്ലാസ്സുകാരി രശ്മിക്കുട്ടിയ്ക്ക്.
തുമ്പികളും അണ്ണാറക്കണ്ണെരും
കുയിലുകളും ചെമ്പോത്തിൻകൂട്ടവും
തുണച്ചവളെ സദാ ആവോളം.
തോട്ടങ്ങളിൽ ചുറ്റിയടിച്ച്
കരവീരകപ്പൂക്കളും വാഴപ്പൂ-
ക്കളും പറിച്ച് തേൻ നുകർന്ന്
പാറി നടക്കും പൂമ്പാറ്റയാണവൾ.
ചിലപ്പോളവൾ വിചാരിയ്ക്കും

ഈ പൂത്തണ്ടുകൾ കണ്ടല്ലേ മനുജൻ
പെപ്സിയും ഓറഞ്ച് നീരും കുടി-
യ്ക്കാൻ 'സ്ട്രോസ്' ഉണ്ടാക്കിയതും.
തുമ്പികളെക്കൊണ്ട്
കല്ലുകളെടുപ്പിയ്ക്കുമ്പോൾ
തോന്നുമവൾക്ക്- സാധനങ്ങൾ
കയറ്റിയിറക്കുന്ന ക്രെയിനുകളും
ഇവയുടെ പതിപ്പുകളല്ലേയെന്ന്;
സ്വപ്നങ്ങളും ചിന്തകളും
ഒട്ടുണ്ടവൾക്ക്.
എങ്ങും പറന്നലഞ്ഞ
രശ്മിയുടെ ചിറകുകളരിഞ്ഞ്
ദൂരെയെറിഞ്ഞൊരു ദിനം വിധി-
യെന്ന ക്രൂരൻ - അമ്മയുടെ
മരണത്തിലൂടെ; അച്ഛനെ-
യവൾ കണ്ടിട്ടുമില്ലിന്നോളം.
കൊച്ചനുജന്റെ സംരക്ഷണവും
സ്കൂളിൽ പോക്കും അവളുടെ
തലയിൽ തേനീച്ചക്കൂടുകൾ
തീർത്തപ്പോൾ അയലത്തെ
മുതലാളിയുടെ വീട്ടിൽ ഗൃഹവേല-
യ്ക്ക് പോയി നിത്യവൃത്തിയ്ക്കായി.
ബാല്യമങ്ങനെ ശുഷ്ക്കിച്ചവൾക്ക്
സ്വപ്നലോകയുറവകൾ വറ്റിച്ച്.
-ആനന്ദവല്ലി ചന്ദ്രൻ
***

# 6. വേലിയേറ്റവും വേലിയിറക്കവും

സാഗരമേ നിന്നെയെനിയ്ക്ക്
കാണാൻ കഴിയുന്നില്ല; അതി
വിദൂരം നിന്റെയാസ്ഥാനം.
എന്നാൽ നിന്നെയെനിയ്ക്ക്
തൊട്ടറിയാനാകും; വേലി-
യേറ്റത്തിൽ നീയേതാണ്ട് നാലു
കിലോമീറ്റർ ദൂരം താണ്ടി
"സാഗര ദർശൻ" കെട്ടിട-
ത്തിന്റെ മുന്നിലെത്തുമ്പോൾ
ഭാഗികമായ്; ഈ "ചാന്ദിപ്പൂർ"
പ്രദേശത്ത് നിന്റെ അത്ഭുതാ-
വഹം വേലിയേറ്റവും
വേലിയിറക്കവും കാണ്മാനായി
എത്രയോ പേർ ആഗമിച്ചിടുന്നൂ.
സാഗരകന്യകേ ! സൗമ്യതയോടെ
നീ ഞങ്ങളുടെ കണ്മുന്നിൽ നിന്നും
അകലുന്നതും അത്ഭുതം കൂറും
നയനങ്ങളാൽ നിന്നെ വേട്ടയാടുന്നു.
രണ്ടെ രണ്ടു വേലിയേറ്റം
രണ്ടെ രണ്ടു വേലിയിറക്കം
ആവർത്തിയ്ക്കുന്നു നീ പ്രതിദിനം.
സൗത്താഫ്രിയ്ക്കയിലോ മറ്റോ
ഇതുപോലൊരു പ്രതിഭാസം
നടക്കുന്നുണ്ടെന്ന് മാലോകർ.
പ്രണയപൂർവ്വം നിന്റെയാലിംഗ-
നത്തിലമർന്നിടുന്നിതീതീരം;
പിന്നെ വിരഹാർത്തരായ് മൂകം

തേങ്ങുന്നുവല്ലോ തീരത്തോടൊപ്പം
ഇവിടെ പാറിനടക്കും വിഹഗങ്ങളും
നിന്മുന്നിൽ ബലഹീനരാം മർത്യരും.
-ആനന്ദവല്ലി ചന്ദ്രൻ
***

## 7. ലത്തീഫിന്റെ നായക്കുട്ടി

പാഠശാലയിൽ പോകുമ്പോൾ ഏഴു
വയസ്സുകാരൻ ലത്തീഫിന്റെകൂടെ
ആ നായ്ക്കുട്ടിയും പോകും പതിവായി.
വൈകുന്നേരം ലത്തീഫും നായ്ക്കുട്ടിയും
ഒരു മണിക്കൂറോളം കൂടെക്കളിയ്ക്കും
എന്നിട്ടോടിനടക്കും വീടിനു ചുറ്റും.
ഊണ് കഴിയ്ക്കുമ്പോൾ ഒരുരുള -
യവൻ മാറ്റിവെയ്ക്കും കിണ്ണത്തിൽ;
ഊണ് കഴിഞ്ഞാൽ കൈ കഴുകി
ഉരുളയുമെടുത്ത് ഓടിച്ചെന്ന് നായ്ക്കു-
ട്ടിയുടെ വായിൽ വെച്ചുകൊടുക്കും.
നന്ദിപൂർവ്വം നായ്ക്കുട്ടി വാലാട്ടും.
ഒരുദിനം അയലത്തെ യുവാവാം
അപ്പു വീട്ടിൽ വന്നതും നായ്ക്കുട്ടി
കുരച്ചവന്റെ മേൽ ചാടിയൊരു
കടി കൊടുത്തതും ഒപ്പമായി.
അപ്പു റോഡിലേയ്ക്കോടി കുറേ
കല്ലുകൾ വാരിയെടുത്തെറിഞ്ഞ്
നായ്ക്കുട്ടിയെ ഓടിച്ചുകൊണ്ടിരുന്നു.
തളർന്ന നായ്ക്കുട്ടി ചണ്ടി നിറ-
ഞ്ഞ കുളത്തിൽ വീണ് നീന്തി.

അപ്പു വീണ്ടും വീണ്ടും കല്ലുക-
ളെറിഞ്ഞു; ആ മിണ്ടാപ്രാണി
യൊടുവിൽ ചത്തുമലച്ചു.
ലത്തീഫന്ന് ആഹാരം കഴി-
ച്ചില്ല; അതിന്റെ പിറ്റേന്നും.
പിന്നെ പല ദിവസങ്ങളിലും
അവൻ നായ്ക്കുട്ടിയെ അടക്കം
ചെയ്ത മൺ കൂനയ്ക്ക്
മുമ്പിൽ തേങ്ങിക്കരഞ്ഞു.
-ആനന്ദവല്ലി ചന്ദ്രൻ
***


# 8.പിഞ്ഞിപ്പോയ സ്വപ്നങ്ങൾ

നിഷയുടെ സ്വപ്നങ്ങൾക്ക്
ചെമ്പകപ്പൂവിന്റെ വർണ്ണം
അക്ഷരവും, ഗണിതവും
അഭ്യസിച്ചതുമുതൽ
മോഹങ്ങൾ നാമ്പിട്ടങ്ങനെ..
നല്ല കാര്യങ്ങൾ ചെയ്യണം
നാട്ടിലെ നിരാലംബർക്ക്
ആശ്വാസനെയ്ത്തിരിയായി.
പ്രായമാകുന്നതിന്നുമുമ്പേ
വിവാഹം കഴിപ്പിയ്ക്കാൻ
വീട്ടുകാർ നിശ്ചയിച്ചപ്പോൾ
ആദ്യത്തെ തോൽവി വാങ്ങി;
മിനുത്ത തൊലിയും
തിളങ്ങുന്ന കണ്ണുകളും
തേൻ കിനിയും മൊഴികളും

നിശ്ശങ്കം മനസ്സിലേയ്ക്കിട്ടവൾ .
ബോധമറ്റൊരു കാട്ടാളൻ
മാംസദാഹം തീർത്തവളെ
പിച്ചിയെറിഞ്ഞപ്പോൾ
കണവനും ഉപേക്ഷിച്ചു.
സ്വന്തം കുഞ്ഞുങ്ങളെ
വിൽക്കാൻ ശ്രമിച്ചതിന്ന്
ജയിൽ ശിക്ഷയായപ്പോൾ
പിഞ്ഞിപ്പോയി സ്വപ്നങ്ങൾ
കാണാക്കാഴ്ച്ചകൾക്കപ്പുറം
എരിഞ്ഞ മനം നെരിപ്പോടായ്;
ഉരുത്തിരിഞ്ഞ് കനലൂതിത്തെളിച്ച്
ജ്വലിയ്ക്കും കാലവും കാത്ത് .
-ആനന്ദവല്ലി ചന്ദ്രൻ
***


## 9. എന്റെ കുറുക്കുകവിതകൾ


കുറുക്കുകവിതകളാൽ മഷി
പുരണ്ട കടലാസ്സുകഷ്ണങ്ങൾ
വായിച്ചവൾ വിതുമ്പി.
വായിച്ചു തീർത്തപ്പോൾ
അവന്റെ ചുണ്ടുകൾ
കോപത്താൽ ചുവന്നു;
കവിതകളിൽ കണ്ണിടിച്ചപ്പോൾ
പാവം വൃദ്ധന്റെ കണ്ണുകൾ
പുറത്തേയ്ക്ക് തള്ളി ;
പെറുക്കി പെറുക്കി വായിച്ച
വരികൾക്കിടയിലൂടെ

മിന്നൽപ്പിണരുകൾ തുളച്ചു-
കയറി അനായാസം വന്ദ്യ-
വൃദ്ധതൻ ഹൃദയത്തിൽ.
മടക്കി മടക്കി തോണികളുണ്ടാക്കി
മഴവെള്ളത്തിലിറക്കിവിട്ടു
നടക്കാൻ പഠിച്ച പൈതങ്ങൾ.
-ആനന്ദവല്ലി ചന്ദ്രൻ
***


# 10. സത്യമോ മിഥ്യയോ

ദാരുണം, അവശരാം രോഗികളുടെ
മരണം ത്വരിതമാക്കീടുമ്പോൾ
ഭിഷഗ്വരർക്ക് ആശ്വാസമരുളി
സന്തോഷരശ്മികൾ മുഖത്ത്.
അയലത്തെ സന്തതികൾക്ക്
തങ്ങളുടെ കുട്ടികളേക്കാൾ
മാർക്ക് കുറവാണെന്നറിഞ്ഞാൽ
മല്ലികപ്പൂവിടരുമ്പോലെയാഹ്ലാദം.
നാട്ടിലെ പെൺകുട്ടികളുടെ
വിവാഹാലോചനകൾ മുടങ്ങിയാൽ
വീട്ടുകാർക്ക് കഠിനദു:ഖം
പൂവാലന്മാർക്ക് ഹർഷോന്മാദം
ശവക്കുഴികൾ കുഴിയ്ക്കുന്നവർക്ക്
കുഴികളുടേയും മരിച്ചവരുടേയും
എണ്ണം കവിയുമ്പോൾ പറഞ്ഞറി-
യിയ്ക്കാനാവാത്ത സുഖാനുഭൂതി.
-ആനന്ദവല്ലി ചന്ദ്രൻ
***

## 11. സഞ്ചാരി ഭൂതം

സഞ്ചരിയ്ക്കുന്ന ഭൂതങ്ങളെ-
ക്കുറിച്ച് മുത്തശ്ശി പറഞ്ഞിരുന്ന
കഥകളെത്രയെത്ര ; ഹോ !
കോരിത്തരിയ്ക്കാറുണ്ടായിരു -
ന്നന്നൊക്കെ; കഥകൾ കേൾക്കുന്നേരം.
സഞ്ചാരി ഭൂതം ഗ്രാമത്തിൽ-
നിന്നും പട്ടണത്തിലേയ്ക്ക്
പട്ടണത്തിൽ നിന്ന്
നഗരങ്ങളിലേയ്ക്ക്
നഗരങ്ങളിൽ നിന്ന്
നാനാ രാജ്യങ്ങളിലേയ്ക്ക്;
അവൻ പറന്നുപൊയ്ക്കൊണ്ടിരുന്നു.
അദൃശ്യ പത്രങ്ങളാൽ, പാദങ്ങളാൽ.
ഹായ്! എന്തു കൗതുകമെന്തു രസം!
പട്ടണങ്ങളിൽനിന്നും
നഗരങ്ങളിലേയ്ക്കും
വിദേശരാജ്യങ്ങളിലേയ്ക്കും
കുതിയ്ക്കാറുണ്ടല്ലോ ദൃശ്യ-
വിമാനങ്ങളിൽ ഞാനും; പലപ്പോഴും.
മുത്തശ്ശിക്കഥകൾ ചുരുളുകള-
ഴിയ്ക്കുന്നെൻ കപോലത്തിൽ
വർണ്ണാഞ്ചിതം അലകളെൻ
രാഗാർദ്രം ഹൃദയസരസ്സിലും.
-ആനന്ദവല്ലി ചന്ദ്രൻ
***

# 12. കണ്ണ് തുറക്കൂ. ചെവിയോർക്കൂ

രാജ്യത്ത് ആപൽശങ്ക
ജനത്തിന് മോചനചിന്ത
സർവ്വരും നേതാക്കൾ
തലപ്പത്തിരിയ്ക്കുന്ന-
വർക്കശാന്തി, വിഭ്രാന്തി.
ആര് മണി കെട്ടും?
മുല്ലപ്പെരിയാർ ഡാം
പൊട്ടിയാലുണ്ടാകാം
ദുരന്തം ദൂരദർശനംചെയ്യാൻ
ദേശമുണരണം, ജനരോഷം
ആളിക്കത്തണം, കേന്ദ്രമുറങ്ങാതെ
ചെലവിനു നീക്കിവെയ്ക്കണം ;
ആര്? ആർ സമ്മതം മൂളും
എല്ലാം കാത്തിരുന്ന് പതിയേ
കാണാമെന്ന തത്വശാസ്ത്രം
ആറിനും അണയ്ക്കും അറിയുമോ?
ഇനം തിരിഞ്ഞ് പൗരമുഖ്യർ
രാഷ്ട്രീയം, മന്ത്രിതലം, സാഹിത്യം,
സാംസ്ക്കാരികം, യുവകൊതുകം
കക്ഷിഭേദമെന്യേ മുറവിളിയ്ക്കുന്നു.
ആരുടെ കണ്ണ് തുറക്കും വേഗം
പാരിലിവിടെ നവ്യമൊരു
അണ തീർത്താശ്വാസമേകാൻ?
കാത്തിരിയ്ക്കുമോ കാലം?
-ആനന്ദവല്ലി ചന്ദ്രൻ
***

# 13. മാതൃഭാവം

സർക്കസ്സുകൂടാരത്തിന്റെ
സമീപം പൂത്തുനിൽക്കുന്ന
പ്ലാശുമരപ്പൊത്തിൽ നിന്നും
ചെറുകിളി പുറത്തേയ്ക്കും
അകത്തേയ്ക്കും തലനീട്ടിയും
ഉൾവലിഞ്ഞുമിരുന്നേറെ നേരം.
മുട്ടകൾ വിരിഞ്ഞ് കുഞ്ഞുങ്ങൾ
പുറത്തു വന്ന നിമിഷം
നവമാതാവാം കിളിയ്ക്കാധി.
തനിയ്ക്കും കുഞ്ഞുങ്ങൾക്കുമാ -
യിര തേടാനിറങ്ങിയാൽ
അവസരം പാർത്തിരിയ്ക്കുന്ന
നിരവധി ജന്തുക്കൾ -കശ്മലർ
എള്ളോളം ദയ കാണിയ്ക്കാതെ
നുറുക്കി വിഴുങ്ങിയേയ്ക്കാമീ-
യോമനക്കുഞ്ഞുങ്ങളെ;
ഓർത്തോർത്ത് നടുങ്ങിയവൾ
ധർമ്മസങ്കടത്തിലായി അമ്മക്കിളി.
കൂട്ടിലിരുന്നു തെല്ലുനേരമങ്ങനെ;
പിന്നെ കുറച്ചു ദൂരം പറന്നെ -
ന്തൊക്കെയോ കൊക്കി-
നകത്താക്കി തിരിച്ചുവന്ന്
കൂട്ടിലിരുപ്പായ് ജാഗരൂകം.
ഇപ്പതിവ് തുടർന്നവൾ നിത്യവും
മക്കൾ പറക്കാൻ തുനിയുംവരെ.
മാതൃവാത്സല്യവും ശ്രദ്ധയും
കിളികൾക്കും ജന്മസിദ്ധം;

എത്ര കൗതുകമീ പാടവം
നിരീക്ഷിയ്ക്കുകിൽ സമ്മോദം!
മർത്യർക്കുമിതല്ലോ കരണീയം?
നശിപ്പിയ്ക്കുന്നതെന്തിന് പിഞ്ചു-
പെൺ മക്കളെ, നിർദ്ദയം, മനുഷ്യാ?
അവരല്ലോ, കുടുംബത്തിൻ ചിരാതുകൾ.
ദീപമില്ലാതെ ഹർഷമുണ്ടോ, ആഘോഷവും?
കൊറോണയെന്ന മഹാമാരിയിപ്പോൾ
മാനവരെ വേട്ടയാടി ഹനിയ്ക്കുന്നു
രോഗമകറ്റാൻ മർത്യർ തടങ്കലിൽ,
കൂട്ടിലടച്ച വന്യജന്തുക്കളെപ്പോൽ
സ്വതന്ത്രവിഹാരം സാദ്ധ്യമാകാതെ.
-ആനന്ദവല്ലി ചന്ദ്രൻ

***


# 14. എത്ര ക്രൂരമീ വിനോദം


ഋഷിവര്യരുടെ നാടാണല്ലോ ഭാരതം
തെല്ലഭിമാനത്തോടെ പറയുന്നു നാം
സനാതനധർമ്മത്തെയും അഹിംസയെയും
കുറച്ചൊന്നുമല്ല -പ്രകീർത്തിയ്ക്കുന്നു നാം.
പത്രങ്ങളിൽ സ്ഥലം പിടിയ്ക്കും ചില
വാർത്തകൾ ഞെട്ടിയ്ക്കുന്നു തളർത്തിടുന്നു;
നവജാതരാം പെൺകുഞ്ഞുങ്ങളെ കണ്ടെ-
ത്തുന്നു പലപ്പോഴും ചവറ്റു കൊട്ടകളിൽ,
മാലിന്യക്കൂമ്പാരങ്ങളിൽ, കെട്ടിട വളപ്പിൽ
ദയനീയം; ഉപേക്ഷിയ്ക്കപ്പെട്ട നിലയിൽ.
സ്ത്രീപ്രജകളോടെന്തിനിത്രയവജ്ഞ ?
പാവങ്ങളീയോമനകൾ എന്ത് പിഴച്ചു

ഈ ക്രൂരശിക്ഷകളേറ്റുവാങ്ങാൻ?
ഡോക്ടർമാരും, വീട്ടുകാരും ചേർന്ന്
പെൺ ഭ്രൂണഹത്യയും നടത്തുന്നിവിടെ
പലയിടങ്ങളിലായി ഇന്ത്യാ രാജ്യത്ത്.
സ്ത്രീ പുരുഷാനുപാതം ആകെ
വികലമാക്കുമീ ക്രൂരവിനോദം
തടയണമെങ്ങനേയും വൈകാതെ
വിധിയല്ലിത് തീർത്തും മനുഷ്യകൃതം.
-ആനന്ദവല്ലി ചന്ദ്രൻ
***


# 15.എന്തിന്റെയൊക്കെയോ ഉറവിടം


മനുഷ്യചിത്തം മഹാസാഗരം
വികാരവിക്ഷോഭമാർന്നലകളും
വികാരത്തള്ളലാലകൾ
ഉയർന്നും താണും ആഞ്ഞടിച്ചും
കസർത്തു കാട്ടും ശരവേഗത്തിൽ
ചിന്താധാരകൾ മുറിഞ്ഞും ഒഴുകിയും
കുത്തിയൊലിച്ചും ചുഴറ്റിയും
തീർക്കുന്നു ചുഴികൾ നൊമ്പരച്ചാലുകൾ.
മർദ്ദിച്ചും കവർന്നും കൊന്നും
നശിപ്പിച്ചും ഘോരം ഹൃദയമുടമകൾ;
രാഗവായ്പ്പും കരുണയും സഹായ-
ഹസ്തങ്ങളും നീട്ടി മാന്യഹൃദയരന്യരും
സമാന്തരതലങ്ങളിൽ നിലകൊള്ളുകിൽ
ഹൃദയം മാറ്റിയിടും ശസ്ത്രക്രിയയി-
ലൂടെ നന്മതിന്മകൾ പകർന്നാടീടുമോ?
സംശയവും നിവൃത്തിയും ചിത്തത്തിലുണ്ടാം.

ചിത്തം എന്തിന്റെയൊക്കെയോ ഉറവിടം
എന്തിന്റെയൊക്കെയോ മൂലസ്ഥാനവും.
-ആനന്ദവല്ലി ചന്ദ്രൻ
***

## 16. തടയാമായിരുന്നോ?

അമ്രി ഹോസ്പിറ്റലിലെ
ദുരന്തം അതിദാരുണം;
കനത്ത അഗ്നിബാധയിൽ
ശ്വാസംമുട്ടിയും, പുകഞ്ഞും
എത്രപേരുടെ ജീവിതം
പൊലിഞ്ഞു; അകാലത്ത് ?
ജൂതർക്കെതിരായി, ഹിറ്റ്‌ലറുടെ കാല-
ത്തെ ഗാസ് ചേമ്പർ പദ്ധതി-
യോർത്തുവോ ഏതാനും നിമിഷം
ഇത് കരുതിക്കൂട്ടിയല്ലെങ്കിലും.
എങ്ങനെയും ജീവൻ നിലനിർത്താ -
നായി പാടുപെട്ട രോഗികൾ
ക്ഷണം നിശ്ചലരായൊരവസ്ഥ
ഭാവനയ്ക്കതീതം വാക്കുകൾ വൃഥാ.
അല്പം ജാഗ്രതയുണ്ടായിരുന്നെങ്കിലീ
ദുരവസ്ഥ തടയാമായിരുന്നോ?
-ആനന്ദവല്ലി ചന്ദ്രൻ
***

## 17. രണ്ടാം ജന്മം

ഞാൻ ഇതിനെ കാണുന്നു

എന്റെ രണ്ടാം ജന്മമായി
ഏറെ വിലമതിയ്ക്കുന്ന
പരിപൂർണ്ണസൌന്ദര്യത്തോടെയും
ആകർഷണീയതോടെയും.
കഴുത്തിനൊപ്പം ജലത്തിൽ ;
ജീവിതം വലിച്ചെറിയാനുള്ള
എന്റെ ശ്രമത്തിൽ , നിരാശാനിർഭരമാ-
മൊരുനിമിഷത്തിൽ - ഒരിയ്ക്കൽ ;
ഇപ്പോൾ കരയാനും വേണ്ടിയല്ല.
എന്റെയീ നവ്യമോഹനജീവിതം
ചില മത്സ്യത്തൊഴിലാളികളുടെ
സമ്മാനം; ആദ്യമത് ഞാൻ
നിരാകരിച്ചെങ്കിലും ; അവരെന്നെ
രക്ഷപ്പെടുത്തിയപ്പോൾ .
പുത്തൻ താല്പര്യങ്ങൾ , ഉത്സാഹം
കർമ്മശേഷി, നൂതനലക്ഷ്യം -
എന്നെ ജീവിതത്തിലേയ്ക്ക്
ക്ഷണിയ്ക്കുന്നു സംശയമെന്യേ
നന്മകൾ നിറച്ച ജീവിതവുമായി.
(എന്റെ ഇംഗ്ലീഷ് കവിത മലയാളത്തിൽ)
-ആനന്ദവല്ലി ചന്ദ്രൻ
***


## 18. പഠനം കേമം


ജനിച്ചനാൾ തൊട്ടുതുടങ്ങി -
യീപഠിത്തം നിർത്താതെ
എന്ത്പഠിച്ചു എത്രപഠിച്ചു
എന്നൊന്നും നോക്കിടാതെ

കൊൗമാരദിനങ്ങൾ തൊട്ട്
എന്തൊക്കെയോ വായിച്ചും
എഴുതിയും പഠിയ്ക്കാമെന്നു
നിനച്ചു ഞാനും, സ്വന്തക്കാരും.
എന്നാൽ പഠിച്ചോ വല്ലതും
എന്ന് ചോദിച്ചാലുത്തരമില്ല-
യെനിയ്ക്കന്നും ഇന്നും കൃത്യമായ്
എന്നാലും പഠനം തുടരുന്നു.
പലതും കണ്ടു, കേട്ടു; ഇന്ദ്രിയങ്ങളി -
ലൂടെ കണ്ടതും കേട്ടതുമൊന്നും
പഠിച്ചില്ല; വായിച്ചതിൽ പാതി -
യിലധികവും ദഹിച്ചതുമില്ല.
ഒരുതരം ആക്രാന്തമെന്നേ
പറയാവൂ; പഠിച്ചുതെളിയാൻ
വേണ്ടതൊന്നും പഠിച്ചില്ല
പഠിച്ചതോ മറവിതൻ ബാഷ്പവും.
എങ്കിലും പഠനം കേമം;
തുടരുന്നു പ്രഭാതം മുതൽ
പ്രദോഷംവരെ; ശേഷവും തുടർന്നീ-
ടുമിതൊരു നിയോഗമാദ്യാന്തം.
-ആനന്ദവല്ലി ചന്ദ്രൻ

***


# 19. സമാന്തരങ്ങൾ


പകൽ വെളിച്ചത്തോ -
ടിടഞ്ഞ് ശക്തം അമർഷം
തീർക്കുന്നു രാവുകൾ
ഇരുൾ പരത്തി നീളെ.

തമസ്സിൻ വികൃതികൾ
പാർത്ത് ഇമകൾ പൂട്ടി
രസിയ്ക്കുന്നു താരനിരകൾ;
കുതൂഹലമോടെ വാനിൽ.
പാവങ്ങളെ ഹനിച്ചും
വെട്ടിച്ചും നീങ്ങുന്ന
തസ്കരർ വിലസുന്നീ-
ക്ഷിതിയിൽ നിർഭയം.
അദൃശ്യകരങ്ങളാല-
വർക്ക് താങ്ങായി
ഭവിയ്ക്കുന്നു മറ്റൊരു
കൂട്ടരും പല പല വർണ്ണ-
ക്കൊടികളാലാവൃതം;
അശാന്തിതൻ നിഴലെങ്ങും.
-ആനന്ദവല്ലി ചന്ദ്രൻ
***


# 20. ബാല്യസ്മൃതിയിൽ


സ്മൃതിയിൽ പടരുന്നെൻ
ബാല്യകാലം നിറക്കൂട്ടുമായ്
അന്നിന്നത്തെ പോൽ
വെള്ളക്കുപ്പികളോ കറുമുറ
പ്പലഹാരങ്ങളോ ബാഗിൽ
തിരുകിവെച്ചിരുന്നില്ല ഇടവേള -
യിൽ വായിലിട്ട് നേരം പോക്കാൻ.
അയൽവീട്ടിലെ കിണറ്റിൻ ജലം
ഞങ്ങളുടെ ദാഹശമനത്തിന്ന്.
പലരും ചുള്ളിക്കമ്പുകൾ

സഞ്ചികളിലൊളിപ്പിയ്ക്കും
മാഷെയേല്പ്പിയ്ക്കാൻ -ചിലപ്പോൾ
അവർക്കും തല്ലു കിട്ടുമെങ്കിലും ;
നിഷ്ക്കളങ്കർ ലോലമനസ്സുകൾ.
പെൺകുട്ടികൾ മഞ്ചാടികളും
പുളിങ്കുരുക്കളും കരുതും ഒറ്റയു -
മിരട്ടയും കളിച്ച് രസിയ്ക്കാൻ;
അഴകാർന്ന കൊത്തങ്കല്ലുകളും
ബാഗിലുണ്ടാം കൊത്തങ്കല്ലാടാൻ.
കുന്നിക്കുരുക്കൾ തിളപ്പിച്ച്
നിറം മാറ്റിയതും കാണാം
മയിൽപ്പീലിത്തണ്ടുകൾക്കൊപ്പം.
സ്ലേയിറ്റിലെഴുതിയത് മായ്ക്കാൻ
വെള്ളത്തണ്ടുകൾ , മാങ്ങാറി -
ത്തുണ്ടുകൾ - അങ്ങനെയൊരു
നിര തന്നെ ; ഭാരം കുറഞ്ഞ
സഞ്ചിയും പേറിയോടിത്തോൽപ്പിക്കും
കൂട്ടുകാരെ പിന്നിലാക്കി.
-ആനന്ദവല്ലി ചന്ദ്രൻ
***


## 21. ജീവിതജ്വാലകൾ


എവിടെയൊക്കെയോ കൂടു -
കൾ വെയ്ക്കുന്നു നമ്മൾ
പറക്കും പറവകളെപ്പോൽ
എവിടേയും സ്നേഹബന്ധ-
ങ്ങളൂട്ടിയുറപ്പിച്ചുനോക്കും
കണ്ണികൾ വിളക്കിച്ചേർത്ത്;

അജ്ഞാതം നാളേകളെക്കുറിച്ച്
അബോധം അനശ്വരമെന്നു നിനപ്പൂ.
പിന്നെയൊരുനാൾ കണ്ണികൾ
അറുത്ത് മറ്റൊരിടത്ത് ചേക്കേറുന്നു
കേവലം, ഒരുപിടിയോർമ്മകൾ
മായാതെ നിർത്താൻ വെമ്പി.
ഇത് ജീവിതമീ മണ്ണിൽ
എല്ലാം നശ്വരമാക്കി മുന്നേറുന്നു.
തെളിഞ്ഞും മങ്ങിയും ജീവിതജ്വാലകൾ
അണയുന്നൂ ചാരം ബാക്കിവെച്ച്.
-ആനന്ദവല്ലി ചന്ദ്രൻ
***


## 22 . നിസ്സാരവൽക്കരിയ്ക്കപ്പെടുന്നല്ലോ


ഗ്രാമീണർ ചെറുകാര്യങ്ങൾ
മനസ്സിൽ ഒളിപ്പിയ്ക്കുന്ന പതിവില്ല
ഏതു കുഞ്ഞു കാര്യമായാലും .
ആരുടെ നന്മ തിന്മകളും
കൊട്ടിഘോഷിച്ചു നടക്കുമെങ്ങും
ശേഷം കൈമാറുന്നിവയന്യോന്യം .
പട്ടണത്തിലും നഗരത്തിലും
കാര്യങ്ങളെല്ലാം വേറെ വേറെ;
ആരും ആരുടെ കാര്യത്തിലും
ഇടപെടുന്നത് വിരളം ഭയത്താൽ;
സ്വന്തം നിലനിൽപ്പ് പ്രധാനം.
അറിയാനുള്ള വ്യഗ്രതയില്ലേയില്ല .
ഒരുതുള്ളി മഷി ഒരു കുടം ജലത്തിൽ
കലക്കിയാൽ എങ്ങനെയിരിയ്ക്കും?

ആരുടെ നന്മതിന്മകളുമിവിടെ
നിസ്സാരവൽക്കരിയ്ക്കപ്പെടുന്നല്ലോ..
-ആനന്ദവല്ലി ചന്ദ്രൻ
***


## 23. പുതുമ തേടി

പുതുമ തേടിയുള്ള
പരക്കം പാച്ചിലെന്നു തുടങ്ങി ?
എന്നൊടുങ്ങും?
ആദ്യന്തമില്ലാത്ത
ചേതോവികാരം മാനവരെ
മത്തരാക്കുന്നു ഭ്രാന്തമായ്.
ആഹാരത്തിന്ന് പുതുമയില്ലാഞ്ഞ്
വാക്കുകൾ കൊണ്ടെറിയുന്നു
പാത്രങ്ങൾ കൊണ്ടും.
പലതരം പാനീയങ്ങൾക്കും
ഇന്ന് രുചി പോരാഞ്ഞ്
മോക്ക് പാനീയങ്ങൾ.
നായ്ക്കൾക്കും വേറെ
വിശിഷ്ട ബിയർ വരുന്നു.
പുതുമയില്ല കലാരൂപങ്ങളിൽ,
സംഗീതത്തിൽ, കവിതകളിൽ,
കഥകളിൽ, സിനിമകളിൽ,
നിത്യോപയോഗ വസ്തുക്കളിൽ,
ഉത്സവാഘോഷങ്ങളിൽ;
ആക്ഷേപങ്ങൾ തുരുതുരെ.
നഗരത്തിലൊരു പൂക്കടയിൽ
കണ്ടു ഞാനീയിടെ പലതരം

റോസാപ്പൂക്കൾ - പച്ച, നീല,
കറുപ്പും, വയലറ്റും ചേർന്നത്
വിഭിന്നം വർണ്ണപ്പൊലിമ -
യാർന്ന പച്ചക്കറികൾ പോൽ.
വിവാഹബന്ധങ്ങളും
ഉലഞ്ഞും പിരിഞ്ഞും
പുതുമ നഷ്ടപ്പെടുമ്പോൾ.
മാതാപിതാക്കളെയാർക്കും
ഉപേക്ഷിയ്ക്കാനാവില്ലതന്നെ
നവ്യ ചേതനയില്ലെന്ന പേരിൽ.
-ആനന്ദവല്ലി ചന്ദ്രൻ

***


# 24. മറ്റമ്മ


അവനവൾക്കാരുമല്ല
രക്തം വഴിയ്ക്കാണെങ്കിൽ
ഇന്നവനവളുടെയെല്ലാം.
ഓർക്കുന്നവളാ നാളുകളിന്നും;
അവന്റെ കൊച്ചുനോവുകൾ
അവളുടെ സിരകളിലൂടെ
ഊർന്നിറങ്ങിയതും
അവളവനൊപ്പം
വിതുമ്പിയതും ഇളംചുടുപാൽ
കൊടുത്തവന്റെ കരച്ചിൽ
നെഞ്ചിലേറ്റിയിരുന്നതും
'അമ്മേ' യെന്നുള്ള അവന്റെ
കൊഞ്ചൽ മൊഴിയും
അവളമ്മയല്ലാതിരുന്നിട്ടും;

വിണ്ണിലെ നക്ഷത്രങ്ങളെ
കാട്ടിയവനെ താരാട്ട് പാടി-
യുറക്കിയിരുന്നതും, അവളുടെ
ഗുണകഥകൾ കേട്ടവന്റെ
ഹൃദയം ത്രസിച്ചിരുന്നതും,
വെറും ഒരു വയസ്സുകാരന്
അവളമ്മയായയതും,
അനാഥനവനെയൊക്കത്തിരു-
ത്തിതൻ പൂമുഖത്തെത്തിച്ചതും. .
അവനെ യുവാവായി കണ്ടിന്നവൾ .
-ആനന്ദവല്ലി ചന്ദ്രൻ
***


# 25. മോഹനമീയനുരാഗം


നീയെൻ ചാരെയിരിയ്ക്കവേ
വെണ്ണതോൽക്കുമീ മനം
ഉരുകിടുന്നതെന്തേ?
തുഷാരചാരുത നിന്മിഴികളിൽ ;
തവകേശഭാരം ഞാനൊന്ന്
ഉലച്ചിടട്ടെയീ പരുത്ത കരങ്ങളാൽ ;
നിൻ കവിളിലെ സ്വേദബിന്ദുക്കൾ
ഞാനെൻ വിരലാൽ തഴുകട്ടെയോ?
നിന്റെ സാരിയുടെയാഞ്ചലത്തിൽ
ഞാനെന്റെ നൊമ്പരപ്പൂക്കൾ
കെട്ടിവെയ്ക്കട്ടെയല്പല്പമായി.
നിന്റെ മോഹനസ്വപ്നങ്ങളോരോന്നും
ഞാനെൻ നെഞ്ചറകളിൽ
താഴിട്ട്പൂട്ടിവെയ്ക്കട്ടെ .

നിന്റെ മായാപ്രപഞ്ചത്തിൽ
അഗാധനീലിമനിഴലിൻ
സാഗരം നിൻ മാസ്മരികതയിൽ
ഞാനലിഞ്ഞുതീരട്ടെ.
കവിതേ നീയെനിക്കായി വർണ്ണ
പുഷ്പമാല്യമൊരുക്കൂ വേഗം ;
നിന്റെ പാണികൾ ഗ്രഹിച്ചനുരാഗി,
ഞാനീ പൂമുഖപ്പടികൾ കയറിടട്ടെ.
-ആനന്ദവല്ലി ചന്ദ്രൻ
***


## 26. കൊറ്റിയും, പൊന്മയും


"എന്തിത്ര വൈകി നീ സോദരീ
ഉണരാൻ?" കൊറ്റി, പൊന്മയോട്.
പ്രഭാതമല്ലെന്നറിയുന്നു ഞാൻ
കുളിരും; വെയിലടിയ്ക്കുന്നു മേനിയിൽ;
ഇന്നലെയൊന്നുംതന്നെ കഴിച്ചതില്ല
വിശപ്പിനാൽ നിദ്രയെന്തെന്നറിഞ്ഞില്ല
പുലരും നേരം ഉറങ്ങിയ കാരണം
ഉണരാൻ വൈകിയെന്ന് പൊന്മയും.
എന്തേ നീ പട്ടിണി കിടന്നൂ
ഉറങ്ങാതിരുന്നതുമെന്തേയെന്ന് കൊറ്റി.
പതിവായി ഞാൻ മീനുകൾ കോരും
ചെറുകുളത്തിലാകെയിന്നലെ മണ്ണിട്ട്
മൂടുന്നത് കണ്ടെൻ ഉള്ളം
വാടി; മറ്റിടങ്ങളിൽ മീനുകളെ
തേടിയലഞ്ഞില്ല; ഗ്ലാനിയാൽ കിടന്നു;
നിദ്രയും വിട്ടൊഴിഞ്ഞെന്നായി പൊന്മ .

നിണപ്പാടുകൾ

-ആനന്ദവല്ലി ചന്ദ്രൻ
***


## 27. അലക്ഷ്യമായ്

തളർന്നുലഞ്ഞ തരളമാം മനം
കരിയിലയേക്കാൾ ഭാരം കുറഞ്ഞും;
ശക്തമാമൊരു കാറ്റ് വന്നാൽ
പറന്നു പോകാമെവിടേയ്ക്കും
ബ്രേക്കും ഗിയറുമില്ലാതെ
നിയന്ത്രണം വിട്ട് കടിഞ്ഞാണില്ലാതെ
അതിദൂരം പ്രകാശവേഗത്തിൽ
അനന്തവിഹായസ്സിലേയ്ക്ക് ;
താണും വീണ്ടും പൊങ്ങിയും
നിശ്ശബ്ദം, മറ്റു ചിലപ്പോൾ
പടകാഹളധ്വനി മുഴക്കി
അലക്ഷ്യമായങ്ങനെ.
-ആനന്ദവല്ലി ചന്ദ്രൻ
***


## 28 .നാണയത്തിന്നിരുവശം

അടുത്തയുഷസ്സിൻ കിരണം
പതിയ്ക്കാം സൈബർയുഗത്തിൽ
ഈ വെർച്വൽ വേൾഡ് ഭാവിയിലെ
വിഹാരകേന്ദ്രം.
അപ് ലോഡും, ഡൗൺ ലോഡും
ക്ലിക്ക് ചെയ്താൽ ലേണിംഗ് സെൻറർ
മർത്യരാം ഗുരുക്കളില്ലാതെ,

നവം വിദ്യാലയം.
കമ്പ്യൂട്ടറുകളും, സീഡികളും, യുട്യൂബു
മൊക്കെ തീർക്കുമിതൊരുലോകം ;
ഡിഗ്രികൾ , ഡിപ്ലോമകൾ - എല്ലാം
കൈമുട്ടിയ്ക്കുള്ളിൽ .
തിരികെടുംവരെ പഠിച്ചെഴുതിയ
പാവം വാദ്ധ്യാർ സംഘം
തൊഴിലിന് വേണ്ടി തെണ്ടേണ്ടതായും;
നാണയത്തിന്നിരുവശം.
-ആനന്ദവല്ലി ചന്ദ്രൻ

***


## 29. പ്രചോദനമാവാം


പുഷ്പം നിറത്താൽ ചന്തം നിറയ്ക്കും
നിറം മങ്ങിയാലോ
ആ വർണ്ണം തിരിച്ചെടുക്കാനാവാതെ;
അതുപോൽ തന്നെ
സൌരഭ്യമെങ്ങും പൊഴിച്ച സൂനത്തിന്ന്
ആ പരിമളം സൂക്ഷിയ്ക്കാനറിയില്ല;
ചെയ്യട്ടെ കർമ്മമിപ്പൂ ആവുന്ന വേളയിൽ.
നെടുവീർപ്പിടുന്നേരം, വിതുമ്പുന്നേരം
നിശ്വാസമുയർത്താം കണ്ണീർ പൊഴിയ്ക്കാം
കവിളുകളിലൂടെ ഒലിച്ചിറങ്ങി;
എങ്കിലും അവ അതിലൊരു തുള്ളി-
പോലും തിരിച്ചെടുത്ത് നിറയ്ക്കുന്നില്ല
മറ്റൊരു ദു:ഖവേളയിലേയ്ക്കായി ;
അവയ്ക്ക് വേല അവയ്ക്കാവുമ്പോൾ.
ശിശുവിന്റെ കവിൾത്തടങ്ങളിൽ

ചുംബനങ്ങളുതിർത്തിടുമ്പോൾ
അതെനിയ്ക്കാവില്ല തിരിച്ചെടുക്കാൻ
നീരസത്തോടെ ആക്രോശിച്ച്.
പരൽക്ക് കുന്നുകണക്കിൽ ഉത്തേജന
മരുളുമെൻ സ്മിതവുമിതുപോൽ;
ചെയ്യട്ടെ ഞാനിവ സാദ്ധ്യമാകവേ.
-ആനന്ദവല്ലി ചന്ദ്രൻ
***

( Malayalam version of my English poem below:)


## *These may inspire...*


A flower adds its beauty with colour
when it fades,
it can not revive its colour;
So does
the bloom that pervaded
its fragrance can't be restored;
Thence let the flower do when it can.
When I sigh or weep
I breathe out high or shed tears,
rolling on my cheeks;
Yet, my nose or eyes can't get back a drop
of it to fill them again
if they go dry on another sad situation;
Thence let them do when they can.
When I plant kisses
on a baby's cheeks
I can not take back

if I get annoyed making a cluck;
So does my sweet smile
that may inspire the other in pile;
Thence let me do when I can.

**


## 30. നിണപ്പാടുകൾ


ചിറകറ്റ് നിലംപതിച്ച
പ്രാവിന്റെയുടലിലെ
മുറിവുകൾ തുടച്ചു വീണ്ടും
മരുന്ന് വെയ്ക്കുന്നതിന്നായി;
പലയിടത്തായി പറ്റിപ്പിടിച്ച
നിണപ്പാടുകൾ കഠിനം;
കഴുകിക്കളയാനായില്ല
പാപപങ്കിലം കൈകൾക്ക്
ആവർത്തിച്ചാവർത്തിച്ച്
ഉദ്യമിച്ചെന്നാകിലും.
-ആനന്ദവല്ലി ചന്ദ്രൻ

***


## 31. മഹദ് വചനം


ആരെങ്കിൽ
കവിത കാച്ചി-
ക്കുറുക്കി, തണുപ്പിച്ച
കണ്ടൻസ്ട് മിൽക്ക്,
മധുര ബർഫിയാക്കാം .
തിളപ്പിച്ചാറ്റിയ തെളിനീർ

ചേർത്ത് പറയുന്നു, വാക്കുകൾ
ദ്വയാർത്ഥ ത്രയാർത്ഥ
ധ്വനിയിൽ സമർത്ഥം
അപരന്ന് പിടിയയച്ച്
കൊടുക്കാതെ പാഴായി-
പ്പോകുന്നു നിർവീര്യം.
നോവൽ, ആഖ്യാന-
ശൈലിയിൽ നീണ്ടു
പരന്നൊഴുകുന്ന കവിത;
സ്വൽപ്പം നേർപ്പിച്ച്
ഉപന്യാസമാക്കാം.
-ആനന്ദവല്ലി ചന്ദ്രൻ
***

## 32. ക്ഷമയെന്തിന്ന് ?

ക്ഷമ ഗുണമാണത്രേ
ആർക്ക് എപ്പോൾ എന്തിന്?
ചോദ്യങ്ങൾ നിരവധി
"ക്ഷമയ്ക്കുമൊരതിരുണ്ടേ "
തഴമ്പിച്ച വാക്കുകൾ
ശരിയും തെറ്റും കലർന്ന്
നൂൽപ്പാലത്തിൽ
ആടിയുലഞ്ഞും
ചെരിഞ്ഞും വീഴാതെ.
അല്ലെങ്കിലെന്തിനാ
ഗുരുവിന് നിദ്രാഭംഗം
ഉണ്ടാകരുതെന്ന് നിനച്ച്
ഭൃംഗദംശന നോവ്

സഹിച്ചിട്ടും, സൂതപുത്രൻ
കർണ്ണൻ, അപരാധിയും
ശിക്ഷാർഹനുമായി
ശാപത്തിന്നിരയായത്? ഇത്
നേരായിത്തുടരുന്നിന്നും.
-ആനന്ദവല്ലി ചന്ദ്രൻ
***


## 33. യമദേവ വാഴ്ച്ച

യമപുരി വാഴുന്ന
സാക്ഷാൽ യമരാജൻ
ഇങ്ങവനിയിലെങ്ങും
സവാരി നടത്തുന്നത്
പോത്തിൻ പുറത്ത്
കയർക്കെട്ട് ചുമന്നല്ല
ട്രെയിനിൽ, ബൈക്കിൽ
ബസ്സിൽ, ട്രക്കുകളിൽ
വാനിൽ, വെള്ളത്തിൽ
എവിടേയും, എപ്പോഴും
സ്വച്ഛന്ദം വിളയാടാം;
മരുന്നിൽ, മധുരത്തിൽ,
സിറിഞ്ചിൽ , കത്തിയിൽ,
അഗ്നി ജ്വാലകളിലൂടെ,
ഭൂകമ്പ താണ്ഡവമാടി,
വാരിയിലാഴ്ത്തി,
ദശലക്ഷം ജനത്തെ-
യൊടുക്കി തിമിർത്ത്.
-ആനന്ദവല്ലി ചന്ദ്രൻ

***

## 34. തോരാമഴയത്ത്

സർപ്പക്കാവിലെ
ചിത്രകൂടക്കല്ലിൽ
അന്തിത്തിരി വെച്ച്
പിന്തിരിഞ്ഞ
തേവിക്കുട്ടിക്കിടാവ്
തോരാമഴയത്ത്
നനഞ്ഞൊലിച്ചപ്പോൾ
മരതകപ്പച്ച വിരിച്ച
വയലിലേത്തത്തിൽ
കണ്ണു നട്ടിരുന്ന
പാണൻ വാസൂട്ടി
തേവിയെ തൊപ്പി-
ക്കുടക്കീഴിലാക്കി;
അവളുടെ മുടിയിലെ
മല്ലികപ്പൂവിൻ ഗന്ധം
മണത്ത് മന്ദം മന്ദം
മനയ്ക്കലെത്തിച്ചു .
ക്രുദ്ധനാം നമ്പൂരിയച്ചൻ
തേവിക്കുട്ടിക്കിടാവിനെ
പുറത്താക്കി വാതിൽ
കൊട്ടിയടച്ചപ്പോൾ
അമ്മയന്തർജ്ജനം
ചാണകവെള്ളം
തേവിക്കിടാവിന്റെ മേൽ
തെളിച്ച് ശുദ്ധി വരുത്തി

ഇല്ലത്തകത്ത് കയറ്റി ;
കൽപ്പിച്ചു വാസൂട്ടിയ്ക്ക്
ഊരു വിലക്ക് മൂന്നാണ്ട്.
മഴ തോർന്നിരുന്നില്ല തെല്ലും
അവന്റെ കണ്ണീർ മഴയും.
ഇത് പണ്ടത്തെ കഥ
മുത്തശ്ശി പറഞ്ഞ കഥ
ഇന്ന് നിറയെ ഊഷരഭൂമി
പാദം പൊള്ളിയ്ക്കുന്ന ചൂട്
ദേഹം കരിയ്ക്കുന്ന ചൂട്
മരങ്ങളും,കാടുകളും മറഞ്ഞു;
അല്ല അവയെ തല്ലിക്കൊന്നു.
സ്വയം ഉരുകുക, കേഴുക
മഴയെന്നതൊരു കനവ്
ഇക്കിളി കൂട്ടാനൊരു നിനവ്.
ഇരമ്പിച്ചൊരിയുന്ന മഴ
നാളുകളോളം പെയ്യുന്ന മഴ
ഭൂമിതൻ അഗാധഗർത്തത്തിലേയ്ക്ക് ,
മഴയെന്നത് നറും കനവുകൾ.
-ആനന്ദവല്ലി ചന്ദ്രൻ
***


# 35.പൊറാട്ട് നാടകം


മരണവൃത്താന്തവും
കച്ചവടച്ചരക്കാക്കി
വിറ്റഴിയ്ക്കുന്നു
കമ്പോളത്തിൽ
വിലയേറെക്കിട്ടും

സഹതാപം കൂലിയും.
അതല്ലെങ്കിൽ മൊത്തം
ദു:ഖവീഞ്ഞ് പകരാം
മോന്തിക്കുടിയ്ക്കാം
ഒരു പൊറാട്ടു നാടകം.
ഒടുവിൽ മരിച്ചവർ
അകലെയൊരു പ്രദേശത്ത്
ജീവിയ്ക്കുന്നതും
കണ്ടുകളയാമെന്തേ !!
-ആനന്ദവല്ലി ചന്ദ്രൻ
***


# 36. നിശാഗന്ധികൾ


ഇശ്ശ്യ കൂടുമ്പോൾ
ഇങ്ങവതരിച്ച്
മനം കുളുർപ്പിച്ചും,
സ്വപ്നം വിരിയിച്ചും
ശലഭങ്ങളെ ഊട്ടിയും
ആലോലനൃത്തമാടും
ദിവ്യമാലാഖമാരെ!
ഹൃദയത്തുടിപ്പിലെ
നിശാഗന്ധിപ്പൂക്കളെ
നിങ്ങൾക്ക് മംഗളം.
വേപഥു പൂണ്ട്
കണ്ണിൽ ലയിപ്പിച്ച്
രാഗമുത്തുകളായ്
മോഹപ്രിയരായ്
വല വിരിച്ച് നീളെ

നിങ്ങൾതൻ ചാരെ
കാത്തിരിയ്ക്കുന്ന
വേട്ടക്കാർ ഞങ്ങൾ.
-ആനന്ദവല്ലി ചന്ദ്രൻ
***

## 37. താളലയം

മൃദു ഹൃദയത്തിൻ
നൈർമ്മല്യവും
കുഞ്ഞുനയനത്തിൻ
പൊൻ കിനാക്കളും
ചെഞ്ചുണ്ടിലൂറി
ഉറവയായൊഴുകും
തേൻ ചോരും മൊഴിയും
വാരി വാരിത്തരുന്ന
കുളിരുമ്മകളും
തേത്താലിൻ മണം
തൂകും പൂമേനിയും
കൊച്ചരിപ്പല്ലുകൾ
കാട്ടി പുഞ്ചിരിച്ച്
ഉന്മാദനൃത്തമാടിച്ചും
ഹർഷമുത്തുകൾ
വീശി വിതറി
പിച്ചവെച്ചും വീണും
പിഞ്ചോമന വദനം
വാടിയും വിലസുന്ന
ആ കുഞ്ഞിനെപ്പൊൽ
ജീവിച്ചു പോകാൻ

എത്ര അഭിനിവേശം!
മൻമോഹനമൊരാശ
അനർഗ്ഗളമീ താളലയം.
-ആനന്ദവല്ലി ചന്ദ്രൻ
***


## 38. ഇനിയെന്തെങ്കിലും ?

അച്ഛമ്മയുടെ ശിരസ്സിലെ
വെള്ളിക്കമ്പികൾ ഉലച്ച്
പൊന്നുമോൾ കൊഞ്ചി:
അച്ഛമ്മയെന്നാ
സ്വർഗ്ഗത്തിൽ പോവാ?
പോകുമ്പോൾ
പൊന്നുമോളെയും
കൂടെക്കൂട്ടുമോ? എന്തെല്ലാം
കൊണ്ടുപോണം ൻറച്ഛരമ്മേ ?
പെൻസിലുകൾ,
സ്റ്റിക്കറുകൾ, റെയിൻ കോട്ട്,
ഇളം നീല ലോചനങ്ങളുള്ള
സ്വർണ്ണത്തലമുടിയുള്ള
ബാർബി ഡോൾ
പിന്നെയെന്റെ
കൂടെയുറങ്ങാറുള്ള
കൊച്ചുകുറുമ്പൻ
പോമറേനിയനും ;
ഒരു തട്ടം നിറയെ
ആന്തൂരിയം പൂങ്കുലകൾ,
അച്ഛമ്മയ്ക്ക് വെള്ളിവിളക്കും;

മതിയോ അച്ചരമ്മേ
ഇനിയെന്തെങ്കിലും.... ?
-ആനന്ദവല്ലി ചന്ദ്രൻ
***

## 39. പ്രവാസികളുടെ ചിത്രം

പ്രവാസിയാമെനിയ്ക്ക്
മലയാളഭാഷയിൽ
വ്യുൽപ്പത്തിയില്ലെന്ന
ആക്ഷേപം സഹിയ്ക്കണം;
ഉത്തര ഭാരതീയരോട്
സംവദിയ്ക്കാനുള്ള
ഇംഗ്ലിഷും ഹിന്ദിയും
പോരാ പോരായെന്ന്.
വിദേശികളോടാവുമ്പോൾ
പറയാതിരിയ്ക്കുന്നതുത്തമം.
എങ്കിലും ഈ മൂന്നു
ഭാഷകളിൽ നുറുങ്ങറിവുകൾ
വെച്ചെന്റെ ദിനങ്ങൾ
തള്ളി മുന്നോട്ട് നീക്കണം;
അതിന്നായി ഞാൻ നീക്കുന്ന
കരുക്കൾ എനിയ്ക്കുതന്നെ
വിസ്മയം നൽകുന്നിടയ്ക്ക്.
ക്ലേശപൂരിതം ജീവിതം
അപകർഷതാബോധം കാർന്ന്
നിവർന്ന് നിൽക്കാനാവാതെ.
പട്ടിണിയില്ലെങ്കിലും ഇത്
പ്രവാസികളുടെ ചിത്രം.

-ആനന്ദവല്ലി ചന്ദ്രൻ
***

## 40. ചലനം

അടുക്കുന്തോറും അകന്നകന്ന് നീ
പോയിടുന്നോ ഔചിത്യമില്ലാതെ?
ഒന്നാകെ വാരിപ്പുണരാൻ കൊതിച്ചിട്ടും
തെന്നിയൊഴിഞ്ഞുമാറി കടലിലേയ്ക്ക്
അലസഗമനം ചെയ്ത് തിരിയുന്നല്ലോ
തിരനിരകൾ ഞൊറി നിവർത്താതെ.
അകലാനേറെ വിഷമിച്ചിടുമ്പോൾ
നീരാളിഹസ്തങ്ങളോരോന്നായി
നിന്നുള്ളിൽ നിന്നും പതിയെയടർന്ന്
വീണ് അകന്നുമാറാതെ വികാര-
വിജ്രംഭിതമോരോ ചലനവുമെന്നെ
കെട്ടിവരിഞ്ഞ് നിന്നിലേയ്ക്ക് തന്നെ.
അടുക്കുമ്പോൾ ഹർഷവർഷസുമങ്ങൾ
വർഷിച്ച് നടനം ചെയ്യിയ്ക്കവേ
ശുക്ലപക്ഷത്തിൻ ചന്ദ്രബിംബങ്ങൾ.
അകലുമ്പോൾ ഏറെ വേദനിച്ചും
വേദനിപ്പിച്ചും കേഴുന്ന നാളുകൾ
കൃഷ്ണപക്ഷത്തിൻ അമ്പിളിക്കലകൾ
-ആനന്ദവല്ലി ചന്ദ്രൻ
***


## 41.മുഖ്യ വിഷയംതന്നെ

ആഹാരത്തോട്

അമിത പ്രണയം
അങ്ങോർക്ക്; എപ്പോഴും
നിരത്തിവെച്ചിരിയ്ക്കുന്ന
ഭക്ഷണ പദാർത്ഥങ്ങളെ
അങ്ങോരുടെ വിരൽത്തുമ്പി-
നാലോ സ്പൂണിനാലോ
തടവിയയാൾ മറക്കാതെ.
അവതൻ വർണ്ണപ്രപഞ്ചം
മനസ്സിൽ താലോലിച്ചെന്നും.
ഭോജനത്തിനു മുമ്പെന്നും
നാസാഗ്രത്തിലേയ്ക്കടിച്ചു
കയറുന്ന ഭോജ്യത്തിന്റെ
മണം നാക്കിലെ ശക്തം
രുചി മുകുളങ്ങളെ
ത്രസിപ്പിച്ച് ഊർജ്ജം
പകർന്നിമകളെ നനച്ചു.
രോഗസ്തനായപ്പോൾ
ആഹാരത്തോട് തീർത്തും
വിരക്തി വന്നപ്പോൾ
കുടുകുടാ കണ്ണീർ തൂകി;
ഭക്ഷണം തന്റെ മൂക്കി-
നോടടുപ്പിയ്ക്കാനായി
കളത്രത്തോടാംഗ്യം കാട്ടി.
-ആനന്ദവല്ലി ചന്ദ്രൻ

***


## 42. കാട്ടുകള്ളൻ


കരവീരകപ്പൂവിനു ചുറ്റും

കറങ്ങിപ്പറക്കുന്ന കരിവണ്ടേ
മധുവുണ്ട ലഹരിയിൽ
ഉന്മത്തൻ ഹുങ്കാരം മുഴക്കി.
നിർത്താതെ മധു നുകരുമ്പോൾ
നിന്റെ പുറന്തോടിൽ
പറ്റിപ്പിടിച്ച പരാഗരേണുക്കൾ
നിശ്ശേഷം തുടച്ചുമാറ്റാൻ
നിനക്കൊരു തുവ്വാലയും വേണ്ട.
പിന്നെയും, പിന്നെയും
എത്രയെത്ര പൂക്കളിൽ
മുഖമാഴ്ത്തി നീ നുകരുന്നു
മധുരമാം മകരന്ദം ! എന്നിട്ടോ
പൂമ്പൊടി അവരറിയാതെ
നിക്ഷേപിച്ച് മറയുന്നു നീ
കൂസലെന്യേ സധൈര്യം .
-ആനന്ദവല്ലി ചന്ദ്രൻ
***


## 43. ഹൃദയത്തിൽ കോറിയിട്ടത്

വാക്കുകളിലൊതുങ്ങാതെ
നിമിഷങ്ങളിലടങ്ങാതെ
ആംഗ്യഭാഷയറിയാതെ
മദിക്കുന്നിതുള്ളിൽ .
ആത്മനിർവൃതി ചുരത്തി
മനസ്സിൻ വീണാ തന്ത്രികൾ
രാഗസുധയൊഴുക്കുന്നു
പ്രണയവിവശം മാരിവില്ല്.
ഓരോ നിറവും തൂകുന്ന

രശ്മി പൂരിതമാസകലം.
പ്രപഞ്ചത്തിൻ കോടികോടി
ഗ്രഹോപഗ്രഹ താരങ്ങളിൽ ,
പക്ഷിമൃഗാദികളണുക്കളിൽ
പുഴകളിൽ, അരുവികളിൽ ,
പൂക്കളിൽ, തളിരിലകളിൽ ,
മലമുകളിൽ, താഴ് വ രകളിൽ ,
നിസ്സീമമായൊഴുകിയെങ്ങും
പ്രസരിക്കുന്ന സുഗന്ധമീ
മധുരസങ്കല്പ അലൗകിക
പ്രണയം ദിവ്യമൻമോഹനം .
നക്ഷത്രങ്ങൾ കണ്ണു ചിമ്മുമ്പോൾ
എന്നിൽ പ്രണയമങ്കുരിക്കുന്നൂ,
വിടരും പൂക്കൾ കാണുമ്പോൾ
പ്രണയത്തിൻ മാസ്മരനൊമ്പരം
പുതുനാമ്പെടുത്ത് ഹൃത്തിലും,
പാദങ്ങളിലും, നേത്രങ്ങളിലും ,
സിരകളിലും ഒഴുകുകയായ്
ഹൃദയച്ചുവപ്പിൻ ലഹരിയോടെ .
ഷാജഹാന്റെ താജ്മഹൽ ദർശിക്കവേ
ഉണർത്തുന്നു ദിവ്യാനുരാഗം നിനക്കായ്
കാണാത്ത നീ തീർക്കുന്നു സ്നേഹ
മുദ്രിതം താജ് മഹൽ മനസ്സിൽ .
-ആനന്ദവല്ലി ചന്ദ്രൻ
***


## 44. മൗനനിശയിൽ

സ്നേഹിച്ച് സ്നേഹിച്ച്

പ്രകൃതിയുടെ താളത്തിനൊപ്പം
അലിഞ്ഞലിഞ്ഞില്ലാതാകുമ്പോൾ
ഉള്ളത്തിലെരിയുന്ന തീക്കനൽ ;
പ്രണയിച്ച് പ്രണയിച്ച്
വഴികൾ പിരിയുമ്പോൾ
പൊട്ടി നുറുങ്ങി തരികളായ
അസ്ഥികളെ ചൂഴ്ന്ന് പുകച്ചിൽ;
എവിടെനിന്നോ ഒരു നിമിഷം
ഇറ്റിറ്റുവീഴും സ്നേഹകണങ്ങളുടെ
ധാര നിലച്ചേയ്ക്കുമോയെന്നോർത്ത്
ഒളിച്ചോടിയൊളിയ്ക്കും കിനാക്കൾ;
ഇവയെല്ലാം ഭയന്ന് തെന്നി-
യലയും തീവ്രം മോഹജാലം
നിർവീര്യലക്ഷ്യബോധം
ചേക്കേറുന്നു മൗനനിശയിൽ.
-ആനന്ദവല്ലി ചന്ദ്രൻ
***


## 45. ഓണം വരുമ്പോൾ

ഓണം വരുമ്പോൾ
ശംഖുപുഷ്പച്ഛവി
നീലിച്ചയാകാശത്തിൽ,
കാച്ചിയെടുത്ത വലിയ
പപ്പടം ചിരിതൂകിയ
ചിങ്ങപ്പൂനിലാവിൽ,
ഭൂമിയെത്ര സുന്ദരി
ധ്യാനനിമീലിതമിവൾ.
കർക്കടകത്തിൻ പഞ്ഞവും,

കാർമേഘങ്ങളുടെ കുറുമ്പും
തീർക്കാൻ നെൽക്കതിരുകളും,
സുമലതകളും മത്സരിയ്ക്കുന്നു ;
മുക്കുറ്റിപ്പൂ, തുമ്പപ്പൂ, വേലിപ്പൂ,
നെല്ലിപ്പൂ, കോളാമ്പിപ്പൂ,
ഹനുമാൻപൂ കൊണ്ടെങ്ങും
തീർത്ത പൂക്കളം മനോഹരം.
പൊങ്ങും കിളികളുടെ കൂജനം,
തുമ്പികളുടെ ധും ധും നാദവും.
പൂക്കളം തീർക്കാൻ
പൂ പറിയ്ക്കാനോടും
പിഞ്ചുകിടാങ്ങൾതൻ
പാലൊളിമുഖങ്ങൾ പോൽ
മലയാളിമനം തെളിഞ്ഞ്
കോരിനിറച്ചിടുന്നു
പൂത്തിരുവോണ സ്മരണകൾ
മലയാളിമനം തെളിഞ്ഞ്.
മാവേലിമന്നനെയാദരിച്ച്
എതിരേൽക്കാൻ ഹർഷമോടെ
മക്കൾ പുലരിയിൽ
പൊന്നോണക്കസവിൻ
പ്പുടവയുടുത്ത് കുമ്മിയടി
ഗാനം പാടുന്നു ഈണത്തിൽ.
ഊഞ്ഞാലാട്ടിയും, പൂവിളി-
യാർത്തും , തുമ്പി തുള്ളിയും
തിമിർത്ത് പുരുഷകേസരികൾ
കുഞ്ഞുങ്ങളുടെ പാൽമനവും
പെണ്മനസ്സുകളും കവർന്നു.
പൂവ്വട നിവേദ്യം സ്മൃതിയിൽ.

-ആനന്ദവല്ലി ചന്ദ്രൻ
***

# 46. വിരുത്

മാനവരൂപങ്ങൾ
അങ്ങനെയായാൽ
എങ്ങനെയുണ്ടാവും
എന്നൊന്ന് നോക്കാം.
തലയുടെ ഇരുവശത്തായ് നീണ്ട്
എഴുന്നു നിൽക്കുന്ന ചെവികൾ
മുയൽച്ചെവികൾ പോലെ;
നേത്രങ്ങൾ നെറുകയിൽ
എതിർ വശങ്ങളിലേയ്ക്കും ;
വായുടെയിരുവശത്തുനിന്നും
തൂങ്ങുന്ന കൈകൾ ആനയുടെ
തുമ്പിക്കൈയെന്ന വിധം ;
ഉദരത്തിന്റെ പാർശ്വങ്ങളിലായ്
നീണ്ട കാലുകൾ നിലത്തേയ്ക്ക്.
എന്തുകൊണ്ടിങ്ങനെയൊരു രൂപം
മർത്ത്യന്ന് കിട്ടിയില്ല?
ഇതരജീവികൾക്ക് തിരിച്ചും?
ദൈവവിശ്വാസികൾ പറയും
സൃഷ്ടികർത്താവിന്റെ കരവിരുത് .
സൃഷ്ടികർത്താവില്ലെങ്കിൽ
ഈ ചിത്രത്തിലാരുടെ കൈയൊപ്പ്?
ഇത്ര കൃത്യമായി സിമിട്രിയിൽ
മനുഷ്യന്ന് രൂപം ചമച്ച
വിരുത് പ്രകൃതി പ്രഭാവമോ ?

-ആനന്ദവല്ലി ചന്ദ്രൻ
***

## 47. ഉറവ വറ്റിച്ച്

നീയായിരുന്നല്ലോയെൻ
കവിതയുടെ സ്രോതസ്സ്;
നിന്റെ അംഗുലികളുടെ
മൃദുചലനതാളങ്ങളും
ഇടവിട്ട പാദസ്വനവും
ഒഴുകും മൗനയീണവും
എന്തിനേറെ
നിന്റെ മുടിയിഴ തഴുകി
വീശിയരികിലെത്തുന്ന
മന്ദമാരുതൻ പോലും
എൻ ചേതനയുണർത്തി .
നിന്റെ പേരറിയില്ലെൻ
പെൺകുട്ടീ !
നീയെന്റെ മനപ്പൊയ്കയിൽ
വിമലസുഗന്ധം വിടർത്തി
വിടപറയാതെ ഇമകളടച്ച്
എങ്ങോ പോയ്ക്കളെഞ്ഞല്ലോ
എന്നെയീയേകാന്തതയിൽ,
എന്റെ കവിതയുടെ കാനൽ
ഉറവ വറ്റിച്ച്.
-ആനന്ദവല്ലി ചന്ദ്രൻ
***

## 48. വിമലം സുരഭിലം

ഒരു ഞെട്ടിൽ വിരിഞ്ഞ
ഇരുപൂക്കളവരെന്ന്
വീട്ടുകാർ, നാട്ടുകാർ
ശ്ലാഘിച്ചോരേ സ്വരത്തിൽ
അഷിതയും, നബീസയും;
സ്നേഹനിപാതത്തിൻ
നിസർഗ്ഗ പരിമള ധൂമം
നിശ്വസിച്ചനുഭവിച്ചവർ
വെണ്ണിലാ നിർവൃതിയിൽ.
പൊള്ളവാക്കുകൾ കൊണ്ട്
മതിലുകൾ കെട്ടിയില്ലവർ
രഹസ്യങ്ങൾ അളന്ന്
ചേരി തിരിച്ചില്ലവർ;
ബാല്യം കടന്നുപോയി
യൌവ്വനത്തിലെത്തിനോക്കി ;
വിവാഹത്തിന്നുശേഷവും
അമ്മമാരായിക്കഴിഞ്ഞിട്ടും
പിരിഞ്ഞില്ലവർ മനസ്സാൽ .
കുഞ്ഞു കുറുമ്പുകളും
കലഹങ്ങളും ഉലച്ചതില്ല
ഇണക്കുരുവികളവരുടെ
പനിനീരുപോൽ വിമലം,
സുരഭിലം സൌഹൃദത്തെ ;
സ്മൃതിയിലുറക്കിയിടാതെ .
-ആനന്ദവല്ലി ചന്ദ്രൻ
***

## 49. ചിറകുകളില്ല

ദിവസവും നൂറ്റൊന്ന്
തവണയെങ്കിലും അവൾ
നിന്റെ പേര് വിളിയ്ക്കും
എന്തിനെന്നറിയാതെ
അതൊരു ശീലമാക്കി
പറയാനുള്ളതെല്ലാം
മനസ്സിലടുക്കി വെച്ച്;
ഹൃദയത്തിൽ മന്ത്രിയ്ക്കുമീ
വാക്കുകൾക്ക് ചിറകുകളില്ല;
ഉണ്ടായിരുന്നെങ്കിൽ നിന്റെ
അരികെയവ പറന്നെത്തു-
മായിരുന്നു കുളിർ കോരി
രാഗമാധുര്യമേറ്റി കാതിൽ
നുറുങ്ങു വിശേഷം ചൊല്ലി.
വാചാലമാണവളുടെ ഭാഷ
ഹൃത്തിലെ ചെറു കൂടിന്റെ
ജാലകത്തിൽ അലയടിച്ച്
അഗാധതീര നിശ്ശബ്ദതയിൽ.
അറിയുന്നിതില്ലൊരുത്തരും
അറിയുന്നതൊട്ടിഷ്ടവുമില്ല.
-ആനന്ദവല്ലി ചന്ദ്രൻ

***


## 50. സ്വതന്ത്ര ചിന്തനം

ചരിത്രത്തിന്റെ താളുകൾ
മറിഞ്ഞ് വീണ്ടും വന്നെത്തി

സ്വാതന്ത്ര്യത്തിൻ ജന്മദിനം.
ഇക്കുറിയും സ്വാതന്ത്ര്യദിനം
ഓപചാരികം, ആർഭാടമായ്
അർത്ഥശൂന്യമായ് ചടങ്ങിൽ.
കലാപം, ആക്രമണം, പ്രകടനം,
പ്രതിഷേധം കുറവില്ലാതെങ്ങും;
വാണിഭക്കാരുടെ ഇടമുറിയാത്ത
പരസ്യങ്ങൾ ; " വിലക്കിഴിവ്,
വാങ്ങിക്കൂട്ടുവിൻ നാളേയ്ക്ക്
സുവർണ്ണാവസരം പാഴാക്കാതെ".
വലയിൽ വീഴുന്നു മണ്ടികളും
മണ്ടന്മാരും ഒന്നും മിണ്ടാതെ.
സ്വാതന്ത്ര്യം ഇന്നാർക്ക്
എന്തിന്, എവിടെയെല്ലാം
എങ്ങനെ പ്രാവർത്തികമാക്കാം ?
ഉത്തരം കിട്ടാത്ത ചർച്ചകൾ .
മക്കൾക്ക് സ്വതന്ത്രരാവണം
സ്വാതന്ത്ര്യത്തിൻ വില
പേശുന്നതോ മാതാപിതാക്കളോട്.
പതിയ്ക്ക് സ്വാതന്ത്ര്യം വേണം
പതിയിൽ നിന്ന്, തിരിച്ചും ;
വിദ്യാർത്ഥികൾക്ക് ശിക്ഷണ
സമ്പ്രദായങ്ങളിൽ നിന്ന്;
തൊഴിലാളികൾക്ക്
മുതലാളികളിൽ നിന്ന്;
കൊള്ളലാഭക്കാർക്കും
അഴിമതിക്കാർക്കും നിയമത്തിന്റെ
ഊരാക്കുടുക്കുകളിൽ നിന്ന്;
സ്വാതന്ത്ര്യമെന്നോരാക്രോശം-

മാത്രം നിർവ്വചിയ്ക്കാതെ.
സ്വാതന്ത്ര്യമെന്തെന്നാൽ
സ്വന്തം കാര്യത്തിന്ന് തന്ത്രം
ആവാമെന്ന് തോന്നിയാൽ
കുറ്റപ്പെടുത്തേണ്ടതാരെ ?
-ആനന്ദവല്ലി ചന്ദ്രൻ
***


# 51.സ്മരണാഞ്ജലി


ജീവിച്ചിരുന്നപ്പോൾ
ജീവന്റെ തെളിവുകൾ
ഓരോന്നായടർത്തി
കശക്കിയെറിഞ്ഞന്യർ;
സ്വതന്ത്രസഞ്ചാരം
നിലച്ച് വെറുമൊരു
ഖരവസ്തുവാക്കാൻ
വിലങ്ങുകൾ, പൂട്ടുകൾ
നിർമ്മിച്ചവർ ഭദ്രമായ്
ജീവന്റെ തുടിപ്പുകളിൽ.
ജീവിയ്ക്കുന്നവരിൽ
ചിലർക്ക് ശവപ്പെട്ടികൾ
നൽകണമെന്ന ഉൽക്കടമാം
ആഗ്രഹം ഉള്ളിലൊതുക്കി-
വെയ്ക്കുന്നവരനവധി ;
ചെയ്യാത്തത് പ്രമുഖർ
ശവപ്പെട്ടി ദാതാക്കളേയും,
കുടുംബത്തേയും ഒന്നാകെ
കുഴിച്ചുമൂടുമെന്ന് ഭയന്നും;

ഇന്നവരിതിലും ജേതാക്കൾ.
ജീവൻ തീരെ നിലച്ചപ്പോൾ
മഹാത്മാവെന്ന് വാഴ്ത്തി
ലോഹപ്രതിമകൾ തീർത്ത്
വർണ്ണചിത്രങ്ങൾ തൂക്കി
അനാച്ഛാദനകർമ്മം സാദരം
നടത്തി മാലകൾ പൊതിഞ്ഞ്.
ഭാഷണജ്വരവിറയാൽ
മഹത്വം അടിച്ചേൽപ്പിച്ച്
സ്വയം മഹാത്മാക്കളായി
പ്രഭാവലയത്തിൽ മഞ്ഞളിച്ച്.
-ആനന്ദവല്ലി ചന്ദ്രൻ
*മുൻ ആർ. എസ്. എസ്. നേതാവായ കെ. എസ്.സുദർശൻ,
ശീതീകരിച്ച ശവപ്പെട്ടി ('Refrigerator mortuary box '), donated
by Meeradevi, D . D .M . Trust ) സ്വീകരണച്ചടങ്ങിന്നു മുമ്പ്,
ആ പെട്ടിയിലെ ആദ്യത്തെ അന്തേവാസിയായി.

***

## 52. കാരുണ്യം

ഇടമുറിയാതെ
മഴത്തുള്ളികൾ, ഭൂവിൽ
പതിയ്ക്കാത്തപ്പോൾ
പുഴതൻ വരണ്ട നേത്രങ്ങൾ
അശ്രുക്കളുതിർക്കുന്നില്ല.
അഥവാ പൊഴിച്ചിരുന്നെങ്കിൽ
അവളുടെ അശ്രുപ്രവാഹത്തിൽ
കരയാകെ പ്രളയത്തിലാണ്ടേനെ..
അങ്ങനെ ഭവിയ്ക്കുന്നതിൽ

അനിഷ്ടം; എന്തിനെന്നോ..
കണ്ണുനീർ ധാരയൊഴുക്കുന്നേരം
മർത്ത്യരും, പാർപ്പിടങ്ങളും
ജീവജാലങ്ങളും, സസ്യങ്ങളും
നാമാവശേഷമായേയ്ക്കാം .
എന്നാലിങ്ങനെയാശ്വസിയ്ക്കാം
നദിയ്ക്ക് നമ്മോട് കാരുണ്യം.
            -ആനന്ദവല്ലി ചന്ദ്രൻ
                ***

( Malayalam translation of my English poem, below. )


## *Mercy on us*


When rain drops
do not fall
on the earth, in plenty
the dried eyes of river
shed no tears.
If she does, perhaps
the land may get flooded,
in her flow of tears.
She doesn't want that
to happen coz,
on shedding tears,
many humans
with their dwellings,
many creatures and plants
may be swept away.
So, it's nice to believe,

the river pours mercy on us.
***

## 53. അളവുകോൽ

നിമിഷങ്ങളുടെ ദൈർഘ്യം
കൃത്യമായ് അളക്കാനുള്ള
അളവുകോൽ ഉണ്ടാക്കിയില്ല
മുതിർന്നവർ, വിരസതയിലൂടെ
നഷ്ടസ്വപ്നങ്ങളിലൂടെ
മനം വിവർണ്ണമാകുമ്പോൾ.
വിരസത നീണ്ടുപോകാതെ
വിരുന്നെത്തുന്നോർമ്മകൾ
ഓലക്കീറുകൾക്കിടയിലൂടെ
കാറ്റൂതവേ കാതിലിറുകുന്നു
ഓടക്കുഴലിൻ നാദവീചികൾ.
മഴനനഞ്ഞ വൈക്കോൽ
കൂനകൾക്കിടയിൽ പതുങ്ങി
ഒളിച്ചുകളി നടത്തുമ്പോൾ
വിരലുകൾക്കിടയിലൂടെ
കൂണുകളുടെ മൃദുസ്പർശം.
ഒഴിവുകാലത്ത് മുറ്റത്ത്
കുട്ടിപ്പുരവെച്ചു രസിച്ച്
ചോറും പായസവും വെച്ചു
വിളമ്പി പച്ചിലകളിൽ ..
അണയരുതീയോർമ്മകൾ
മനസ്സിൽ കുളിരായെന്നും.
-ആനന്ദവല്ലി ചന്ദ്രൻ
***

## *54. കടം*

ഈ പ്യഥ് വിയിൽ
പിറക്കുവാനായി
ഇരന്നു വാങ്ങിയ
പൊൻ നിമിഷങ്ങൾ;
സ്വന്തമായൊന്നും
ചെയ്യാനാവാതെ
ലാളനയും, ആഹാരവും
തന്നത് ഭുജിച്ച ശൈശവം;
വിരസതയും, വിഷാദവും,
ഇഷ്ടവും, കരുണയും
പങ്കിട്ടെടുത്തിരുന്ന
സൗഹൃദവസന്തം;
പ്രണയസ്മൃതികളും,
നിദ്രാരഹിതം രാവുകളും
വീതം വെച്ചുതീർത്ത
പൂരിത യൌവ്വനം ;
അല്ലലും, പുഞ്ചിരിയും
കലർന്ന് ദാമ്പത്യമാം വർഷം
കുഞ്ഞുങ്ങളുടെ നിർമ്മല-
സ്നേഹം താലോലിച്ച്;
പല്ലില്ലാ മുത്തശ്ശിയായി
പേരക്കിടാങ്ങളുടെ
ആഹ്ലാദം നുകർന്ന്
ആലോലമാടും ശിശിരം;
ഭാരിച്ചയീ കടമെല്ലാം
തിരിച്ചടയ്ക്കാനാവാതെ

വീർപ്പുമുട്ടുന്നൂ ഗ്രീഷ്മകാലം
ഇനിയുമെത്രയെന്നറിയാതെ!
-ആനന്ദവല്ലി ചന്ദ്രൻ

***

## 55. സൗദാമിനി

ഇരമ്പിപ്പെയ്യുന്ന
മഴയുടെ ആരവം
നിശയിലിരുട്ടിൽ;
പൂമുഖത്താളുകൾ
ഇരിയ്ക്കുന്നുണ്ട്
പടഞായം വെച്ച്.
പെട്ടെന്നായിരുന്നു
വാൾത്തലപോൽ
ഒരു മിന്നൽപ്പിണർ
സർപ്പക്കാവിന്നു മീതെ
വള്ളികളും, ഇലകളും
കത്തിച്ച് തീനാമ്പുകൾ;
പിന്നെ താമസിച്ചില്ല
പത്തു തെങ്ങിൻ -
തലകൾ ഒന്നൊന്നായി
കത്തിക്കത്തിച്ചുവന്ന
കണൽക്കുറ്റികളായ്.
സ്പ്രിംഗ്ളെഴ്സ്, ഹോസ്,
ഫയർ ബ്രിഗേഡ്സ്: ഒന്നും
എത്തിനോക്കിയിട്ടില്ലാത്ത
ഗ്രാമം: കുടങ്ങളിൽ
ജലം നിറച്ചുവന്നു

ഉമ്മറത്തിരുന്നവരെല്ലാം.
ആഞ്ഞെറിഞ്ഞൂ വെള്ളം
തെങ്ങിന്മണ്ടകളിലേയ്ക്ക്.
സൗദാമിനി നൃത്തം
ശിവതാണ്ഡവമായി
മേൽഭാഗം പകുതിയും
കത്തിക്കരിഞ്ഞ കാവും
തെങ്ങിൻ കുറ്റികളുമാണ്
കണ്ടത് പിറ്റേന്ന് ;
ഹാ! അക്കാഴ്ച്ചയസഹ്യം!
-ആനന്ദവല്ലി ചന്ദ്രൻ

***


## 56. ഫോട്ടോകൾ


അലസമായ ചില
നിമിഷങ്ങളിൽ
ഒന്നും വകവെയ്ക്കാതെ
ഓർമ്മകൾ മരിയ്ക്കാതെ
പാറിപ്പറന്നു പോം
പ്രിയമേറിയവരിലേയ്ക്ക്;
മുത്തശ്ശൻ, അച്ഛൻ,
മുത്തശ്ശി, അമ്മ, അമ്മാവൻ
അങ്ങനെയൊരു
നീണ്ട നിരയിൽ
ഫോട്ടോകൾ തൂങ്ങുന്നു.
എപ്പോഴെന്റെ
ഫോട്ടോയുമവിടെ
തൂങ്ങുമെന്നറിയാതെ.

-ആനന്ദവല്ലി ചന്ദ്രൻ

***

## 57. പാഞ്ചാലി മനം

ഉള്ളികളും,
വാഴപ്പൂക്കളും
ഒരിടത്തുവെച്ച്
കണ്ടുമുട്ടിയപ്പോൾ
വിശേഷങ്ങൾ
കൈമാറി കൈമാറി
പറഞ്ഞതിങ്ങനെ
" നമ്മുടെ ചേലകൾ
എത്ര മനോഹരം?
ഒന്നടർത്തിമാറ്റിയാൽ
അടുത്ത ചേല നിവരും
പിന്നെ അതിന്നടുത്തത്
പാഞ്ചാലിയുടെ
വസ്ത്രങ്ങളേക്കാൾ
അഴകാർന്ന് മിന്നി.
അവളുടെ അദൃശ്യം,
അനന്യം മനോദളം
വർണ്ണപേടകം പോൽ."
-ആനന്ദവല്ലി ചന്ദ്രൻ

***

## 58. വാക്കുകൾ, അക്ഷരങ്ങൾ

പറയുന്ന വാക്കുകൾ

കറാരയാലെന്ന പോൽ
മുറിവേൽപ്പിയ്ക്കാമൽപ്പം.
രക്തം ചിന്താതെയെങ്ങും.
ലിഖിതമാം അക്ഷരങ്ങൾ
മൂർച്ചയുള്ള കത്തിപോൽ
മസ്തിഷ്ക്കമണ്ഡലത്തിലെ
രേഖകളെ ചുവപ്പിയ്ക്കാം.
നോട്ടമെറിയുന്ന ചിന്തകൾ
മിഴിയിണകളിലെണ്ണ-
യൊഴിച്ച് കത്തിച്ചുവെച്ച
തിരികളിലെ വെളിച്ചം.
പുഞ്ചിരിയിൽ ഗദ്ഗദങ്ങൾ
ഹൃദയത്തിൻ നിലവറകളിൽ
നിന്നൂർന്നിറങ്ങി അധരങ്ങളാം
റെയിൽപ്പാതയിലോടും വണ്ടികൾ.
-ആനന്ദവല്ലി ചന്ദ്രൻ

***


## 59. കുഞ്ഞക്ഷരത്തോണികൾ


വിത്തം പലർക്ക്
വീതിച്ച് വീതിച്ച്
വൃദ്ധിക്ഷയം വന്നിടാം;
വിജ്ഞാനം അപരന്ന്
വിളമ്പിയും, നുകർന്നും
വൃദ്ധിക്കൂടുതൽ മേലിൽ.
കുന്നിക്കുരുവോളം ചിന്തകൾ
കടുകുമണിയോളം അറിവ്
കുടത്തോളം ഭാവനയും, ഭാവവും;

കടഞ്ഞെടുത്തൊരുമിച്ച്
കുഞ്ഞക്ഷരത്തോണികളായ്
കരയുന്ന ആറുകളിലേയ്ക്ക് മന്ദം.
-ആനന്ദവല്ലി ചന്ദ്രൻ
***

## 60. പുണ്യകർമ്മം

ശിവവിഷ്ണു ക്ഷേത്രത്തിനോട്
ചേർന്ന റോഡരികിലൂടെ
നടക്കുമ്പോൾ ഏതാനും നായ്ക്കൾ
പരന്ന പ്ലാസ്റ്റിക് പാത്രത്തിൽ നിന്നും
നക്കിക്കുടിയ്ക്കുന്നത് പാർത്ത്
അന്തിച്ചുനിന്നപ്പോൾ ദൃശ്യമായത്
വെള്ള നേർത്ത ദ്രാവകം പാത്രത്തിൽ;
ഇങ്ങനെയുമൊരു ചിത്രമീ നഗരത്തിൽ.
അമ്പലത്തിൽ അഭിഷേകം ചെയ്ത
പാലും, ജലവും ചേർന്ന
ധവളദ്രാവകം ഈ മിണ്ടാ-
പ്രാണികൾക്ക് ജീവോന്മേഷം
നൽകുന്ന കാഴ്ച കണ്ട് മോദമോടെ
നിൽക്കവേ മുന്നിൽ മറ്റൊരു ദൃശ്യം.
അരികെത്തന്നെ നിൽക്കുന്നൊരു
പുണ്യാത്മാവ്, പശുക്കുട്ടിയുടെ
തുറന്നുപിടിച്ച വായിലേയ്ക്ക്
കുപ്പിവെള്ളം ധാരയായൊഴുക്കി
മറ്റൊരു മൂകജീവിയുടെ ദാഹ-
മകറ്റുന്നു; രണ്ടും പുണ്യകർമ്മം.
-ആനന്ദവല്ലി ചന്ദ്രൻ

***

## 61. ആത്മഹത്യ...!!!

പരാജയ ഭീതി, തോൽവി,
അകാരണ ഭയം, രോഗം,
ഏകാന്തത, നിസ്സഹായത,
തൊഴിലില്ലായ്മ, പീഡനം,
പ്രണയ നൈരാശ്യം,
അവഹേളനം, വിരക്തി,
ലഹരിപദാർത്ഥങ്ങളോട്
അമിതമായ വേഴ്ച്ച,
വിഷാദം, ഇഷ്ടജന വിയോഗം,
പ്രിയജന വിരഹം ...
ഇത്യാദി കാരണങ്ങൾ
ജീവിതം ശിഥിലമാക്കുമ്പോൾ
പരിണിതഫലം ...
ആത്മഹത്യ...!!!
-ആനന്ദവല്ലി ചന്ദ്രൻ

***

## 62. നിയോഗം

നാനാ വൃത്തികൾ ചെയ്യുന്ന
ചിലരെങ്കിലുമുണ്ടീ ഭൂവിൽ
ടൈറ്റിൽസും, സബ് ടൈറ്റിൽസും
പേരുകൾക്കൊപ്പം ചേർത്തുവെച്ച്
അലങ്കരിച്ച് അഹങ്കരിയ്ക്കാതെ
പേരിനും, പെരുമയ്ക്കും അല്ലാതെ

ധനാർജ്ജനത്തിനല്ലാതെ
മോഹക്കൊക്കുകൾ നീട്ടാതെ
സ്വമനസ്സുകളിൽ ചേതനയേറ്റി
ആർക്കൊക്കെയോ വേണ്ടി;
ആനന്ദനിർവ്വൃതിയിൽ മുഴുകി
പൊരുളറിയിയ്ക്കാത്ത നിയോഗം.
-ആനന്ദവല്ലി ചന്ദ്രൻ
***


# 63. ജീവിതഗതി

ജീവിതത്തിലെ സിനിമയും
സിനിമയിലെ ജീവിതവും
സീരിയലിലെ ജീവിതവും
ഇരമ്പിയിരമ്പിത്തുടിയ്ക്കാൻ
ഇടത്താവളമെവിടെയെങ്കിലും;
ജീവിതഗതി ആരറിയുന്നു??
-ആനന്ദവല്ലി ചന്ദ്രൻ
***


# 64. അന്തരം

പാതയ്ക്കൊരുവശം
മണിമാളിക
സ്ഫടികപ്പാത്രത്തിലെ ജലംപോൽ
നീലവർണ്ണം നീന്തൽക്കുളം..
കുളത്തിൽ കൊച്ചോളങ്ങളുയരുന്നു
മാളികയിലാകെ കണ്ണഞ്ചിയ്ക്കും
ബൾബുകൾ

പ്രകാശം തുപ്പി, വർണ്ണരശ്മികൾ
ഉടയാടകളിലൂടെ കൊതിപ്പിച്ച്
ചടുലതാളമുതിർത്ത് മനുഷ്യർ.
മറുവശത്താകട്ടെ
ചെറ്റക്കുടി
ചളി നിറഞ്ഞാഴമില്ലാത്ത
പൊട്ടക്കുളത്തിൽ
പുളയ്ക്കുന്ന ചെറുമീനുകൾ.
അർദ്ധനഗ്നർ വയറൊട്ടി
ചിമ്മിനിവെട്ടത്തിൽ
ചൂണ്ടയിൽ മീനുകൾ കോർത്ത്,
സ്ത്രീകൾ മൺകൂനകൾ തീർക്കുന്നു
പാതവക്കിൽ.
-ആനന്ദവല്ലി ചന്ദ്രൻ

***


## 65. അകക്കണ്ണിൻ കേമറ


തൂവെള്ള മന്ദാരപ്പൂക്കൾക്ക്
ചുറ്റും ഷെഹനായ് ഊതി
ഗാനലയത്തിൽ തുമ്പപ്പൂക്കളെ
തുമ്പത്തലയ്ക്കലുറക്കി മെല്ലെ
സ്ഥലം വിടുന്ന മധുമക്ഷികൾ;
താമരപ്പൊയ്ക തൻ മധ്യേ
പീതപരാഗമുണ്ട് ബാക്കി
പൊൻരേണുക്കൾ ദേഹത്ത്
ആറാടി മെല്ലെ കുളം വിട്ട്
പറന്നകലും കരിവണ്ടുകൾ;
തെങ്ങിൻതോട്ടത്തിലെങ്ങും

ഓടി തൈത്തെങ്ങോലകൾ
കടിച്ച് മത്തടിച്ചാർത്തും
മൂത്ത്‌വിടർന്ന ഓലകൾ
മണത്ത് തുമ്മിയകന്നജവൃന്ദം;
കറന്നശേഷവും അകിട്ടിൽ
പാലുകരുതുന്ന കറമ്പിപ്പശു
ആർദ്രം ചുരത്തിക്കുടിപ്പിച്ച്
മൌനം പാലിച്ച് പുല്ലുതിന്നവേ
ആര്യ നൽകും പഴം തിന്നു കിടാവ്.
കൊച്ചുതോടുകളിൽ മഴക്കാലത്ത്
കടലാസ്സുതോണികളിറക്കി നനഞ്ഞ്
ചെറുകുളങ്ങളിൽ തുടിച്ചുയരും
മീനുകളെ തോർത്തുമുണ്ടിൽ
അകപ്പെടുത്തി രസിച്ച് കുട്ടികൾ;
ഇത്രയേറെ ചിത്രങ്ങളെല്ലാം
ഭദ്രം സൂക്ഷിച്ചുവെച്ചിട്ടുണ്ടെൻ
അകക്കണ്ണിലെ കേമറയ്ക്കകത്ത്
ആ കൊച്ചുഗ്രാമത്തെ ലാളിയ്ക്കാൻ
ഇന്നാ മുഖച്ഛരായ മാറിയെങ്കിലും.
-ആനന്ദവല്ലി ചന്ദ്രൻ

***


## 66. താവളങ്ങളിൽ


പകലിന്റെ ചരമത്തിൽ
ശോകം പൂണ്ട രാവിൽ
വഴിയാത്രക്കാർ
നക്ഷത്രത്തിളക്കത്തിൽ
ഇരുട്ടിനെയോടിച്ച്

നഗരത്തിലങ്ങുമിങ്ങും
നഗ്നപാതയിലൂടെ
വിവിധ ദിശകളിൽ
നീങ്ങുന്ന
ചുവടുകളെ
സ്ഫടികസുതാര്യം
മനസ്സിൽ ചൂഴ്ന്ന
കരിക്കട്ടയെ കയറാൽ
കെട്ടിവരിയുന്നു .
അക്രമം അതിദാരുണം
വിശപ്പിൻ മൂർദ്ധന്യതയിൽ
അഴലിൻ പാരമ്യത്തിൽ
ധരിത്രിയുടെ മാറിൽ
ദൈന്യതതൻ നിഴൽ
അവഗണിച്ച്
ആശ്വാസം തേടി
കയറിക്കൂടുന്നു
സങ്കേതങ്ങളിൽ
കൊച്ചു താവളങ്ങളിൽ.
-ആനന്ദവല്ലി ചന്ദ്രൻ
***


# 67. വ്യഥ


ഞാനിത്ര പരന്നു നീളെ
നിലയ്ക്കാറായെങ്കിലും
ഒഴുകുന്നേകയായ്
കൂട്ടിന്നാരുമില്ലാതെ
പഴമകൾ പങ്കുവെയ്ക്കാൻ.

എന്റെ ചാരനരമുത്തുകൾ
കൊണ്ടൊരുപഹാരമൊരുക്കാൻ
കൈപിടിച്ച് മുന്നേറാൻ
ഒരു സാന്ത്വനവാക്ക് കേൾപ്പാൻ
കരയോരമേ നിന്മാറിൽ
തല ചായിച്ചൊന്ന് പുണരാൻ
ഒന്ന് ചുംബിച്ചുണർത്താൻ
നിവൃത്തിയില്ലാതായെനിയ്ക്ക്
യാത്രാമദ്ധ്യേ ക്ഷീണമകറ്റി
ആശ്വാസമടയാനും, മണൽ വാരി-
വാരി വിരൂപമായ തീരഗാത്രം
കാണാമെനിയ്ക്കവിടെയിവിടെ.
എന്റെ തെളിനീർ വറ്റുന്നു
കണ്ണുനീർ ശേഷിപ്പില്ലാതെ.
-ആനന്ദവല്ലി ചന്ദ്രൻ
***


# 68.മരണത്തിന്ന് തൊട്ടുമുമ്പെ


മരണത്തിന്ന് തൊട്ടുമുമ്പെ
തന്റെ സ്വത്വത്തോടൊപ്പം
കൊണ്ടുപോകാൻ വെമ്പുന്നു
ആർക്കൊക്കെയോ നീക്കിവെച്ച
അണയാത്ത സ്നേഹജ്വാലകൾ,
തളച്ചിടാനാവാത്ത മോഹങ്ങൾ,
അലയാൻ വിട്ട സ്വപ്നങ്ങൾ,
പങ്കിടാതെ പോയ നിമിഷങ്ങൾ,
കൊട്ടിയടച്ച മനസ്സിൻ തേങ്ങലുകൾ,
മായാത്ത മറയത്തെ ഓർമ്മകൾ,

അമ്രുതം വാണിക്കൊലുസ്സുകൾ,
പുഞ്ചിരിതൂകും നിലാക്കതിരിൻ
ആശ്വാസലേപനമായി പൂന്തെന്നൽ,
മേഘപാളികളിൽ ശ്വാസമടക്കി
പെയ്യാൻ മടിയ്ക്കുന്ന മഴകണങ്ങൾ,
മിഴിയിമകളിൽ കുരുങ്ങി താഴെ
പതിയ്ക്കാത്ത അശ്രുജാലം ;
ജീവിതത്തോടുള്ള തൃഷ്ണ,
അപൂർണ്ണം കർമ്മനൂലിഴകൾ ,
അകലാൻ കൂട്ടാക്കാത്ത ബന്ധങ്ങൾ,
വേർപാടിന്റെ തീരാനോവുകൾ .
-ആനന്ദവല്ലി ചന്ദ്രൻ
***


# 69. പ്രതികാരവിത്ത്


മാതാക്കൾ, സ്വന്തം
കുഞ്ഞുങ്ങളെപ്പോൽ
മറ്റു പൈതങ്ങളെ തത്തുല്യം
സ്നേഹിയ്ക്കണമെന്നില്ല.
സ്വന്തം കുഞ്ഞിനോടുള്ള
അന്ധമായ വാത്സല്യം
അന്യ കിടാങ്ങളെ
നിർദ്ദയം കശക്കാൻ
പാകത്തിൽ വളർത്തിയാൽ
അപരാധം അക്ഷന്തവ്യം;
മനുഷ്യത്വത്തിന്റെ നിരാസം.
പതിനൊന്നുകാരി കാന്തി
രണ്ടു കൂട്ടുകാരികളുമായി

തോട്ടത്തിൽക്കയറി
മാതളനാരങ്ങകൾ
കരസ്ഥമാക്കി കൗശലം.
അതവൾ ഉടമസ്ഥനോട്
ഏറ്റുപറഞ്ഞതിന്ന്
മറ്റു രണ്ടമ്മമാർ
കാന്തിയെ പെട്രോളൊഴിച്ച്
ചുട്ടെരിച്ചുകളഞ്ഞില്ലേ
സത്യം ഉയർത്തിയതിന്ന്;
അതക്കുഞ്ഞിൻ ജീവിതാന്ത്യം.
മാതൃത്വമറിഞ്ഞ നാരികൾ
എറിഞ്ഞതീ പ്രതികാരവിത്ത്
വിഷാഗ്നി ജ്വാലമയമെങ്ങും.
എങ്ങനെ പ്രതിഷേധിക്കണം
ആരോട് പ്രതിഷേധിക്കണം
പ്രതിഷേധം തിരിച്ചടിക്കുമോ?
അറിയില്ലെൻ ഭാരതാംബേ.
-ആനന്ദവല്ലി ചന്ദ്രൻ
( ഒറീസ്സയിൽ-- പത്രവാർത്ത)
***


# 70. വഴിവരി


പീക്കിരി പോക്കിരി
പാതിരി പായിലിരി
തൂവിയരി ഉറിയരികെ
പാലിരി തെല്ലരികെ
തുണിത്തിരി തൂണിലിരി
കത്തിരി കായ്ക്കറി

പായസരി തരിതരി
മച്ചറിഞ്ഞോ മുച്ചിറി
മുറമരി മുളയരി
മുറ്റത്താകെ ചിതറി .
( അസംബന്ധകവിത )
-ആനന്ദവല്ലി ചന്ദ്രൻ

***

# 71. കുറുമ്പ

കുറുമ്പ് കാട്ടി കുറുമ്പ
കരിമ്പനച്ചോട്ടിൽ
പനങ്കുരു പെറുക്കി
എറ്റിയെറ്റിക്കളിച്ച്
കയ്യിലെമ്പാടും വാരി;
കുരുക്കൾ സ്വവസതിയിലൊരു
മൂലയിൽ കളിയ്ക്കാൻ
കരുതിവെയ്ക്കാമെന്ന്
നിനച്ച അവൾ
എല്ലാം പാടേ മറന്നു;
അടയ്ക്കാക്കിളികൾ
ഇളം പച്ചച്ചിറകിലെ
മഴവെള്ളം തെറിപ്പിച്ച്
ഇളം പച്ച ചെന്തെങ്ങിൻ
ഓലകളിൽ കാഷായനിറം
പൂണ്ട തേങ്ങാക്കൊല മേൽ
ചേക്കേറിയപ്പോൾ .
പിന്നെ അടയ്ക്കാക്കിളികൾ
ഇളംകാറ്റിൽ ചാഞ്ചാടും

പേരമരത്തിന്നിലകളിൽ
പേരപ്പഴം പഴുത്തോയെന്ന്,
കൊക്കുകൾ പിളർത്തി
തപ്പി കൊത്തിനോക്കി.
പാകമായിട്ടില്ലെന്നുറപ്പു
വരുത്തി പറന്നുപോയി.
കുറുമ്പ മൌനം ധരിച്ച്
വീട്ടിലേയ്ക്ക് നടന്നു
വിഷാദമുഖിയായി.
-ആനന്ദവല്ലി ചന്ദ്രൻ
***

## 72.കൊതിച്ചീടുമാരുമീ ചന്തം

കാക്കയ്ക്കും,
മീശയ്ക്കും
കറുപ്പുണ്ട്;
കൊറ്റിയ്ക്കും, തുമ്പപ്പൂവിനും
വെളുപ്പുണ്ട്;
മഞ്ചാടിക്കുരുവിന്നും,
കോഴിപ്പൂവിനും
ചുവപ്പുണ്ട്;
ഓലവാലൻ കുരുവിയ്ക്കും,
കോളാമ്പിപ്പൂവിനും,
മഞ്ഞയുണ്ട്;
തത്തയ്ക്കും,
തെച്ചിയിലയ്ക്കും
പച്ചയുണ്ട്;
പ്രാവിനും, ചാരത്തിനും

ചാര നിറമുണ്ട് ;
പൊന്മയ്ക്കും, വാനത്തിനും
നീല നിറമുണ്ട്;
കാവിവസ്ത്രത്തിനും,
മധുരനാരങ്ങയ്ക്കും,
ഓറഞ്ചു നിറമുണ്ട്;
ഈ വർണ്ണങ്ങളത്രയും
ചേർത്തി വെച്ചാൽ
വർണ്ണ പ്രപഞ്ചം.;
സർഗ്ഗചേതനയുണരുമിവിടം
കൊതിച്ചീടുമാരുമീ ചന്തം
-ആനന്ദവല്ലി ചന്ദ്രൻ
***


## 73. ബന്ധങ്ങൾ


ചിര പരിചിതം, മധുരം
ജന്മഗേഹവും, ജന്മനാടും;
അവിടെ നിന്നോടിച്ചാൽ
മറ്റൊരു താവളത്തിലേയ്ക്ക്.
അവിടെ കാണുന്ന
മുഖങ്ങളോരോന്നും
തീവണ്ടിയാത്രയിലെ
മുഖങ്ങൾ പോലെ മങ്ങി
മാഞ്ഞുപോകുന്നുവല്ലോ;
ബന്ധം ഊട്ടിയുറയ്ക്കാൻ
ലഘുപരിചയം പോരാ.
ഇതിന്നിടയിലും ബന്ധങ്ങൾ
രൂപപ്പെട്ടാൽ ഉടനെയതും

മാറാല മറവിലാകുന്നു
ഏകനാണെന്ന സത്യം
ഓതിടുന്നാവർത്തിച്ച്.
-ആനന്ദവല്ലി ചന്ദ്രൻ
***


## 74. ഓർമ്മക്കമ്പികൾ


ആർത്തിരമ്പിപ്പെയ്യുന്ന
മഴയും, കാർമുകിലും
ഹൃദയ കല്ലോലിനിയിൽ
നൊമ്പരത്തിരകളുയർത്തി
നീരാളി രൂപം പൂണ്ട്
ബാഹുതന്തുക്കളാൽ ജീവനെ
മൗനസാഗരത്തിലാഴ്ത്തുന്നു
ശ്വാസം മുട്ടിച്ച് ഞെരുക്കി.
അമ്മവായു പുറത്തേയ്ക്ക്
വിടാൻ പാടുപെടുന്നല്ലോ;
ജീവൻ നിലയ്ക്കുമോയെന്ന
ഭയം മൃത്യുനോവിലും തീവ്രം.
ഉള്ള് തുറന്ന ചിരി വയ്യ
ഓർമ്മക്കമ്പികൾ മുറുകുന്നു.
-ആനന്ദവല്ലി ചന്ദ്രൻ
***


## 75. ഭദ്രം


എന്നും ഉണ്ടും, ഉറങ്ങിയും ,
വെളിച്ചത്ത് നിർത്താതെ

വെളുവെളെ ചിരിച്ചും
ദിനങ്ങൾ ഇഴയുമ്പോൾ
കറുത്തിരുണ്ട വാനവും,
തോരാത്ത മഴാശ്രുക്കൾ
കുടിച്ച് നനയുന്ന ഭൂമിയും
ഹൃത്തിനെ ഈറനണിയിച്ച്
വിലസുന്നീ രാപ്പകലുകൾ
സുഖാനുഭൂതി നിറച്ച് ഭദ്രം.
നിദ്രാസുഖം വിളമ്പി
നമ്മോടോതുന്നു മറുവശം.
-ആനന്ദവല്ലി ചന്ദ്രൻ

***

# 76.ദാഹം

പിരിഞ്ഞു പോയെങ്കിലും
നിന്നോടൊത്തൊരാവർത്തനം;
കൂടെ ജീവിയ്ക്കണമെന്ന മോഹ-
മവൾക്കുള്ളിൽ തുടിയ്ക്കുന്നു
മറയ്ക്കാനാവാത്ത ദാഹം ;
അത് സാദ്ധ്യമല്ലെന്നും
മോഹം ശുദ്ധ ഭോഷ്ക്കെന്നും
ജ്ഞാനികൾ പറയുന്നതിൻ
കാരണം നീ നിന്റെ
ശരീരത്തിൽനിന്നുമകലെ
എത്രയോ കാതമകലെ;
മനത്തിൽ പുളച്ചുപൊങ്ങുമീ
മോഹനുരകളടങ്ങുന്നില്ലത്രേ
തത്വചിന്തയ്ക്കും, സാന്ത്വനത്തിന്നും.

-ആനന്ദവല്ലി ചന്ദ്രൻ
***

# 77.ദിവസവിശേഷം

കതിരവൻ ചെങ്കതിർക്കുലകൾ
കിഴക്കേപ്പുറത്തേയ്ക്ക്
വാരിയെറിഞ്ഞപ്പോൾ
കണ്ണിണകൾ തുറക്കാനായില്ല
നിശീഥിനി മുറുക്കത്തിൽ.
കണ്ണിൽ തറയ്ക്കും പ്രകാശ-
രശ്മികളെമ്പാടും തെറിച്ചപ്പോൾ
നിദ്രാദേവി പിൻവാങ്ങി;
പ്രതീക്ഷാനക്ഷത്രങ്ങൾ
ഹൃദയാകാശത്തിൽ നിറച്ച്
സുവർണ്ണദിനം വരയ്ക്കാൻ
മെല്ലെയുണർന്നെഴുന്നേറ്റു.
ഇത്തിരി പ്രസരിപ്പോടെ
പ്രാതലകത്താക്കി വേഗം
ബാഗും തൂക്കിനടന്നകലേയ്ക്ക്.
പണിസ്ഥലത്തെ ജോലി തീർത്ത്
വസതിയിലെത്തിയ നേരം
പകൽക്കിനാക്കളെ കീഴടക്കി
തമസ്സിൻ ഗന്ധമെങ്ങും.
ആഹാരം വിശപ്പകറ്റിയപ്പോൾ
ക്ഷീണിതനായി മെത്തയിൽ
ഓരം ചേർന്ന് കിടന്ന്
ഇമകളടച്ചു, മധുരക്കിനാക്കളാം
പൊൻരശ്മികളുടെ നടനം കാത്ത്.

-ആനന്ദവല്ലി ചന്ദ്രൻ

***

## 78. നിഴലാട്ടം

ഉള്ളിലൊതുക്കിയ അഴൽ
കാർമേഘക്കീറുകളായലഞ്ഞ്
അമർത്തിവെച്ച അശ്രുബാഷ്പം
വർഷബിന്ദുക്കൾ നേരെതാഴെ
ഭൂവിൽ പതിച്ച് ചിതറി.
നൊമ്പരക്കുരുതിതൻ
നിശ്വാസം തെച്ചിപ്പൂക്കളായ്;
ഓർക്കാതെ അധരങ്ങളിൽ
വിരിഞ്ഞ പുഞ്ചിരിപ്പാൽ-
ക്കുടം തുളുമ്പിയപ്പോൾ
തുമ്പപ്പൂക്കളുടെ ലാസ്യനൃത്തം
പൊന്നിലാവിൽ പൂമഴയായ്.
സ്നേഹത്തിൻ മുഴുത്ത വറ്റുകൾ
ഊറ്റി പൊൻവെയിലാക്കി
വിരഹത്തിൻ മഞ്ഞയിൽ
മുക്കുറ്റിപ്പൂക്കൾ കൂമ്പിനിന്നു.
ചിതലരിയ്ക്കും മനസ്സിൻ
മർമ്മരം ശ്വാസഗതി
തടഞ്ഞ് നീലവർണ്ണം
കലർന്ന് കാറ്റായി വീശുന്നു.
-ആനന്ദവല്ലി ചന്ദ്രൻ

***

# 79.പ്രസാദ മുകുളങ്ങൾ

ദു:ഖചിന്തകൾ കുമിഞ്ഞ്
ശബ്ദഘോഷമില്ലാതെ
ഹൃദയം നുറുങ്ങുമ്പോൾ
അവിടന്നും, ഇവിടന്നും
തമാശക്കീറുകൾ ഒളി
വിതറവേ പ്രകാശ-
കിരണങ്ങൾ ഹൃദയ
ഭിത്തിയിൽ തട്ടിയു-
ലച്ച് ലാഘവപ്പെടുത്തി
പ്രസാദ മുകുളങ്ങളെ
പതിയെ വിടർത്തുന്നു
സോല്ലാസം രമണീയം.
-ആനന്ദവല്ലി ചന്ദ്രൻ
***


# 80. കൂടെയിറങ്ങിവരുന്ന നോവുകൾ

കൂടെക്കൂട്ടാൻ മടിച്ചിട്ടും
കൂടെയിറങ്ങിവരുന്ന നോവുകൾ
ചുറ്റും എത്രയെത്രയാണെന്നോ !
ഒട്ടിയ വയറിലെ കനൽ
ശമിപ്പിയ്ക്കാനാവാതെ
ഉരുകി നീളുന്ന നാളുകൾ;
ശൂന്യമാം നിമിഷങ്ങളെ
ഗർഭത്തിലേറ്റി വിശപ്പുകറ്റിയ
ഒട്ടേറെ രാപ്പകലുകൾ ;
നക്ഷത്രങ്ങൾ തെളിഞ്ഞും

മിന്നിയും ചൊരിയുന്ന
മോഹസർപ്പങ്ങൾ സ്വയം
മൃത്യു വരിച്ച് ചിതയിൽ
വീണടിഞ്ഞ് കരിയുന്നയ്യോ ;
രോഗം നക്കി നക്കി കരണ്ട്
തേളുകളായി കുത്തി
നോവിപ്പിച്ച്
വിഷത്തുള്ളികൾ
രക്തത്തിൽ ചിന്തുന്നു
മരണത്തെയെതിരേൽക്കാൻ.
പലതും ചെയ്യാമെന്നിരിയ്ക്കെ
വേണ്ടെന്നു വിലക്കുന്നതാരയ്യേ ?
-ആനന്ദവല്ലി ചന്ദ്രൻ
***


## 81. ദർശനമാത്രയിൽ


നിശീഥിനി
കരിമഷി
പൂശിയും
തൂവിയും
നൃത്തച്ചുവടുകൾ
വെച്ചുകൊണ്ടിരുന്നു.
കിടയ്ക്കവിരിപ്പിന്റെ
ചുളിവുകളിലൂടെ
പാതിയുറക്കത്തിന്റെയും,
നീണ്ട നിദ്രയുടെയും,
ചിതറിയ നിഴലുകൾ
ഒളിഞ്ഞും, തെളിഞ്ഞും

കയറിയ വളവുകളിൽ
കൈകൾ തടവിയ നേരം,
പ്രഭാതം
അതിദൂരം പിന്നിട്ട്
പകൽ
വെളിച്ചത്തിൻ
കൊച്ചലകൾ
നിറയെ വാരിവിതറി
ജനാലപ്പഴുതിലൂടെ
ചിരിയ്ക്കുന്നു വെളുക്കെ.
പിച്ചകവും, മുല്ലയും
നറുപരിമളം
കുമകുമായെന്ന്
വിടർത്തി ചുറ്റിലും
ആഘോഷപൂർവ്വം
സ്വാഗതമോതിടുന്നു.
-ആനന്ദവല്ലി ചന്ദ്രൻ
***


## 82. പാൽക്കഞ്ഞി


ഉച്ചത്തിൽ വിളിച്ചു മുത്തശ്ശി
അമ്മിണിക്കുട്ടീ, നീയാവട്ടച്ചെമ്പിൽ
മൂന്നു ബക്കറ്റ് വെള്ളമൊഴിച്ച്
മുറ്റത്ത് വെയ്ക്ക്, വെയിലത്ത്;
വെള്ളം ചൂടായിട്ടു വേണം
എനിയ്ക്കൊന്ന് കുളിയ്ക്കാൻ.
മോളെ, ലീലേ, തെയ്ക്കാറയിലെ
അലമാറയിൽ കുഴമ്പിരിപ്പുണ്ട്.

അത് കുറച്ച് ഓടത്തിലാക്കി
കൊണ്ടുവാ, മെയ്യിലെ പൂപ്പടക്കട്ടെ.
അടുക്കളയിൽ വീതിനപ്പുറത്ത്
പാൽക്കഞ്ഞിയുണ്ട്, ആറിയാൽ
കുറച്ചെടുത്ത് കിണ്ണത്തിലാക്കി
കൊണ്ടുവാ, കയ്യിലും വേണം.
അമ്മിണി വെള്ളം വെയിലത്ത് വെച്ചു
ലീലമോൾ കുഴമ്പുമായി മുന്നിലെത്തി
രാധക്കുട്ടി പാൽക്കഞ്ഞി തുളുമ്പാതെ
മുത്തശ്ശിയ്ക്കരികെ സ്റ്റൂളിൽ വെച്ചു.
മുത്തശ്ശി കട്ടിലിന്റെ താഴേയ്ക്ക് കൈ
നീട്ടി കുഞ്ഞുപാത്രങ്ങളെടുത്ത്
അവയിൽ, പാൽക്കഞ്ഞി വിളമ്പി.
എന്നിട്ട് മൂന്നുപേരുടെ കയ്യിലും
ഓരോ കഞ്ഞിപ്പാത്രം കൊടുത്തു.
അവരുടെ കഞ്ഞി കുടി നോക്കി
മുത്തശ്ശി മോണ കാട്ടി ചിരിച്ചു ;
പേരക്കിടാങ്ങൾ ഊറിച്ചിരിച്ചു.
-ആനന്ദവല്ലി ചന്ദ്രൻ
***


## 83. സാക്ഷികൾ


കാണാത്ത വസ്തുവിനെ
കൈക്കലാക്കാനത്ര കൊതിയില്ല
മോഹിച്ചുള്ളുരുക്കാറുമില്ല ;
കേൾക്കാത്തതിനെക്കുറിച്ച്
അറിയാനത്ര കൌതുകമില്ല
കൈപ്പിടിയിലാക്കണമെന്നില്ല

നൊമ്പരപ്പെട്ടിരിയ്ക്കാറുമില്ല.
എന്നിട്ടുമെന്താണിങ്ങനെ
ഒരു വിഷാദഗാനംപോലെ
ഹൃദയമാമ്പൽപ്പൊയ്കയുടെ
പടവുകളിൽ ചവുട്ടിയിറങ്ങി
ചിന്തകളദൃശ്യമാമരൂപികൾ
ചുടുകണലിൽ നൃത്തമാടവേ
വിളറി പരക്കം പായുന്നത്?
കണൽച്ചൂടേറ്റ് പൊള്ളിയോ?
സ്വാസ്ഥ്യം നഷ്ടപ്പെട്ട് ദിനങ്ങൾ
അടിയൊഴുക്കുകൾ, തീർത്തപ്പോൾ
വേണ്ടത് ശാന്തിധ്വനിയെന്ന
ബോധം മിഴികൾ നിറയ്ക്കുന്നു
ആകാശവും,ഭൂമിയും സാക്ഷികളായി.
എന്നീ നാട് നെഞ്ചുപുസ്തകത്തിൻ
വ്യഥയേറ്റ് പാടും നേരും, നെറിയും
വ്രണിതന്റെ കണ്ണീർക്കണങ്ങളകറ്റി
ആകാശവും, ഭൂമിയും സാക്ഷികളായി.
-ആനന്ദവല്ലി ചന്ദ്രൻ

***


## 84. ശിശിരമഞ്ഞും, ഗ്രീഷ്മവെയിലും

എന്നിൽനിന്ന്
നിന്നിലേയ്ക്കുള്ള ദൂരവും
നിന്നിൽനിന്ന്
എന്നിലേയ്ക്കുള്ള ദൂരവും
അളന്നളന്ന് ഞാൻ തളർന്നു
ഓരോ സായംസന്ധ്യയിലും

പ്രയാണം ദുഷ്ക്കരമായി.
ഓരോ പുതിയ പ്രഭാതവും
പൊട്ടിവിടരുമ്പോൾ
വീണ്ടും അളന്നിടുന്നു
എവിടേയും തട്ടാതെ മുട്ടാതെ.
എന്നിലേയ്ക്ക് പറന്നെത്താൻ
ചിറകരിഞ്ഞ നിനക്കാവില്ല
നിന്നിലേയ്ക്ക് സുഗമമെത്താൻ
ഫ്ലൈഓവറുകളില്ല.
എന്നാലീ ദൂരം മിഥ്യയല്ല
തുടരട്ടെ ഞാനീ പാഴ് വേല
അസമയത്ത് ഔചിത്യമില്ലാതെ.
ആവുന്നില്ല നിനക്കെന്നിലെ
ദു:ഖക്കൂനകൾ തട്ടിയുടച്ച്
പതം വരുത്തി നേർപ്പിച്ച്
പങ്കിട്ടെടുക്കുവാൻ.
നീ അങ്ങെത്രയോ അകലെ
ഹൃദയങ്ങൾക്കിടയിലെ ദൂരം.
എന്തിത്ര ദൂരം ദുരൂഹം
ശിശിരമഞ്ഞും, ഗ്രീഷ്മവെയിലും.
ഏറെ മോഹിയ്ക്കുന്നു ഞാൻ
സ്വപ്നങ്ങളിൽ, ജീവതന്തുക്കൾ
തീർത്ത പാത വഴി
നീ എന്നടുത്തെത്തുവാൻ
എന്റെ വ്യഥാഭാരം കുറയുകിൽ
ജീവിതഗന്ധിയാം നിൻ ഗീതങ്ങളിൽ.
ഒഴുക്കീടുമോ നീ സ്നേഹഗംഗാ-
പ്രവാഹം മാർഗ്ഗേ നിലയ്ക്കാതെ.
-ആനന്ദവല്ലി ചന്ദ്രൻ

***

# 85. പതിവ് തെറ്റിച്ച്

ആടിന്റെ കഴുത്തിലേയ്ക്കോങ്ങിയ
കത്തി പിൻവലിച്ചു
അറവുകാരൻ,
ആവർത്തിച്ച്
മൂന്നുപ്രാവശ്യം.
മുന്നിൽ മൂകം നിൽക്കുന്ന
ആടിന്റെ മിഴികളിലേയ്ക്ക്
നോക്കിയപ്പോൾ
അറവുകാരനിത്തിരി
ചങ്കിടിപ്പ്
പതിവ് തെറ്റിച്ച്.
ഇറച്ചിയ്ക്ക് വിലയിടാൻ
വന്നവരുടെ മുന്നിൽ വെച്ച്
അയാൾ കത്തി ഉറയിലിട്ടു.
ആവശ്യക്കാർ അയാളെ
ശപിച്ച് വന്നവഴിയ്ക്ക് പോയി.
അയാൾ രണ്ടാടുകളേയും
വീട്ടിൽ കൊണ്ടുപോയി
വെള്ളവും,ഇലകളും കൊടുത്തു.
അന്നയാളും
ഭാര്യയും, കുഞ്ഞുങ്ങളും
പട്ടിണി കിടന്നു.
രാത്രിയിലയാളുറങ്ങിയില്ല
ചിന്തകളിൽ കുരുങ്ങി.
-ആനന്ദവല്ലി ചന്ദ്രൻ

***

## 86. കളിക്കോപ്പുകൾ

കിനാക്കളുടെ ഖനി തുറന്ന്
നവശിശു ഭൂമിയിൽ പിറക്കുന്നു
മുൻധാരണകളോ
ലോകയുക്തികളോ കൂടാതെ.
പിന്നെ അമ്മയും, അച്ഛരനും
ബന്ധുജനങ്ങളും, മറ്റനേകരും
കുഞ്ഞിനെ പാകപ്പെടുത്തുകയായ്
അനുനിമിഷം അനുദിനം
സ്നേഹാമൃതും, ലാളനയും
പരിചരണവും നൽകി,
കുശവൻ മൂശയിൽ
കലം വാർത്തെടുക്കും വിധം.
മുൻ കാലത്തിനൊരു
താളമുണ്ടായിരുന്നു
തരളാത്മകതയും.
വിലകൂടിയ കളിക്കോപ്പുകൾ
നൽകിയല്ലവർ ശിശുവിനെ
ഓമനിച്ചിരുന്നത്.
ഇന്നത്തെ കുട്ടികൾ
ജനിച്ചുവീഴുന്നതുതന്നെ
ഇലക്ട്രോണിക് യുഗത്തിലേയ്ക്ക്.
കളിക്കോപ്പുകളായി
യുവമാതാപിതാക്കൾ
നൽകുന്നത് മൊബൈൽ ഫോണുകൾ,
ഐപാഡുകൾ...

ഒന്നരയും രണ്ടും വയസ്സുള്ള
ശിശുക്കൾ മൊബൈൽ
ഫോണുകളും, ഐപാഡുകളും
പലവട്ടം ക്ലിക്ക് ചെയ്യുന്നു.
അഭിമാനിയ്ക്കുന്നു മമ്മിയും, ഡാഡിയും
കുഞ്ഞിന്റെ ബുദ്ധിവിലാസത്തിൽ,
ഞെക്കിയാൽ ശബ്ദിച്ചിടുന്ന
പാവകളുടെ നിരാസത്തിൽ
കളിയും ചിരിയും നഷ്ടമാക്കി.
-ആനന്ദവല്ലി ചന്ദ്രൻ
***


# 87. നീയറിയാൻ


ഞാൻ നിന്റെ കൂടെയുണ്ടെന്ന്
അറിയിയ്ക്കാൻ
ആർദ്രമൊരു നോട്ടം മതി.
നിന്റെ നന്മകളിൽ
ആദരവ് തോന്നുന്നെന്നതിന്ന്
ഒരു ചെറുപുഞ്ചിരി മാത്രം.
ഞാൻ നിനക്ക് തണലാകും
എന്ന് പറയാൻ
ചുമലിലൊരു തലോടൽ.
ഒരുമാത്ര നിന്നിലലിയാൻ
കൊതിയ്ക്കുന്നുവെന്നതിന്ന്
കൈവിരലിൽ മെല്ലെയൊരമർത്തൽ.
നിന്റെ തീവ്രദു:ഖം
എന്റെ നെഞ്ചകം കീറി
മിഴിയിലൊതുക്കിയൊരശ്രുകണം.

സ്നേഹം നിറഞ്ഞ് കവിഞ്ഞ്
ഒഴുകി വെളിച്ചം വീശുവാൻ
പ്രേരിപ്പിച്ചിടുന്നു ജീവനെയിങ്ങനെ.
-ആനന്ദവല്ലി ചന്ദ്രൻ
***

## 88. കാറ്റ് വീശട്ടെ

സാവകാശമനിലന്
സ്വാഗതതമരുളാൻ
മരച്ചില്ലകൾ തലയാട്ടി
നൃത്തം ചെയ്യുന്നു.
വൃക്ഷശാഖികൾ
ആടിത്തകർത്ത്
കാറ്റിനെ എതിരേൽക്കാൻ
മറന്നാലും പവനൻ വീശുന്നു.
സൂനങ്ങൾ, സുഗന്ധം
സോല്ലാസം ചിതറാൻ
പാഞ്ഞെത്തും മാരുതന്റെ
കാതിൽ സ്വകാര്യമോതി
പരിമളം നിറയ്ക്കുന്നു.
കാറ്റ് അനിശ്ചിതവും.
വിത്തുകൾ ഉണക്കാൻ
വസ്ത്രത്തിന്നീർപ്പമകറ്റാൻ
തനുവിലെ വിയർപ്പുകറ്റി
കുളിർ കോരിയിടുന്ന
ഇളംകാറ്റിനെ നമുക്ക്
സാദരം പുണർന്നിടാം .
-ആനന്ദവല്ലി ചന്ദ്രൻ

***

## 89. വെള്ളാരം കുന്നുകൾ

ജൻമസ്ഥലത്ത്
ഒരിടം തേടി
വേരുറപ്പിയ്ക്കാൻ
യത്നിയ്ക്കുമ്പോൾ
കൊടുങ്കാറ്റിന്റെ
കാതടപ്പിയ്ക്കുന്നാരവം
വേരുകൾ പിഴുതെടുക്കുമെന്ന്
തോന്നിയാൽ പലായനം
എങ്ങോട്ടെങ്കിലും;
എത്തിയേടത്ത്
എന്തും വരട്ടെയെന്ന്-
വെച്ച് നെട്ടോട്ടം
അങ്ങോട്ടുമിങ്ങോട്ടും.
ജോലി തരപ്പെട്ടാലോ
ഏതെങ്കിലും താവളത്തിൽ
തമ്പടിച്ച് ഭോജനവും,
നിദ്രയും തരപ്പെടുത്തി
പ്രവാസികൾ കൂട് കൂട്ടുന്നു
മൗനമായ്, ഉറങ്ങിക്കിടക്കുന്ന
നീലഗഗനത്തിൽ
വെള്ളാരംകുന്നുകൾ
ഒഴുകി നീങ്ങവേ.
-ആനന്ദവല്ലി ചന്ദ്രൻ

***

# 90. ചിത്രശലഭങ്ങൾ

ചിത്രശലഭങ്ങളേ
വർണ്ണശലഭങ്ങളേ
പാറിപ്പറന്നുയർന്നിടും
ചിറകുകൾ വീശി
ഞങ്ങൾ തൻ സ്വപ്നങ്ങളെ
തേരിലേറ്റി കുതിയ്ക്കുന്നു.
ഇത്രയധികം നിറങ്ങൾ
ആരു തന്നു നിങ്ങൾക്ക് ?
വെള്ള, കറുപ്പ്, ചാരവർണ്ണം,
ചോക്കലേറ്റ്, മഞ്ഞ, ചുവപ്പ്;
നയനസുഖം നൽകി നിങ്ങൾ
വട്ടമിടും പൂക്കളിൽ, മാറി മാറി.
പുഞ്ചിരി തൂകും തുമ്പപ്പൂവും,
രക്തം ജ്വലിയ്ക്കും ചെമ്പരത്തിയും,
മഞ്ഞച്ചേലയണിഞ്ഞ സൂര്യകാന്തിയും
നിങ്ങൾക്കൊരുപോലെ കാമ്യം.
മോഹത്തോടെ പൂന്തേനുണ്ട്
ശലഭങ്ങൾ ആനന്ദനിർവൃതിയിൽ.
കുഞ്ഞിലയോ, ചെറുകമ്പോ മതി
നിങ്ങൾക്ക് വിശ്രമിയ്ക്കാൻ
പൂമ്പൊടിയെങ്ങും കുടഞ്ഞിടാൻ
കുഞ്ഞുങ്ങളെ പിമ്പെയോടിയ്ക്കാൻ.
അമ്പിളിച്ചെക്കനും,
മാലിനിപ്പെണ്ണിനും
ചുറ്റിനടന്ന് മാമുണ്ണാൻ
പൂമ്പാറ്റകൾ തന്നെ വേണം.
എന്നാൽ നിങ്ങളേയും

ഇരയാക്കിടുന്നു മൃഗങ്ങൾ.
-ആനന്ദവല്ലി ചന്ദ്രൻ
***

# 91.അമ്പലപ്രാവുകൾ

എന്റെ കുളിമുറിയുടെ
വീതി കുറഞ്ഞ ജനലിന്റെ
പിന്നിൽ, ചെറുപടിയിൽ
ഇണകളാമമ്പലപ്രാവുകൾ
കൂടുകൂട്ടാനൊരുങ്ങിവന്നു.
കൊക്കിൽ ഉണക്കയിലകളും,
ചുള്ളികളും, റബ്ബർ തുട്ടുകളും
കാതിലിട്ട് തിരിക്കുന്ന
പരുത്തിക്കോലുകളും മറ്റും
കോർത്ത് പല പ്രാവശ്യം
ജാലകപ്പടിയിൽ കൊണ്ടു-
വന്നുവെച്ചു വീണിടാതെ;
എന്ത് വൈഭവം! ആശ്ചര്യം!
പ്രകൃതിയുടെ മായാജാലം.
ഓരോ തവണയും ഞാനവ
തട്ടിക്കളഞ്ഞു; ഇണപ്രാവുകൾ
കൂസാതെ കൂടുണ്ടാക്കാനുള്ള
വസ്തുക്കൾ ശേഖരിച്ച്, തങ്ങളുടെ
വൃത്തി അക്ഷീണം തുടരവേ .
ഒരാഴ്ചയോളം ജോലി ചെയ്തു
തളരാതെ, പിന്മാറാതെയവ
പൂർവ്വാധികം സോല്ലാസമായ്.
ഒരു സുപ്രഭാതത്തിൽ നോക്കുന്നേരം

കൂടിന്റെ കോണിൽ, രണ്ടു മുട്ടകൾ
എൻ ഹൃദയം ദുർബ്ബലമായി ; ഞാൻ
പ്രാവുകളെ വിഹരിക്കാൻ വിട്ടു.
അല്പനാളുകൾക്ക്ശേഷം കുഞ്ഞുങ്ങൾ
വാ പിളർത്തിക്കരയുന്ന കാഴ്ച ;
പിന്നെയും ദിനങ്ങൾ പറന്നപ്പോൾ
പ്രാവിൻ കുഞ്ഞുങ്ങൾ പറന്നകന്നു.
ഇണപ്രാവുകൾ കൂടും ഉപേക്ഷിച്ചു
എന്റെ നെഞ്ചിൽ മുറിവേല്പിച്ച് .
ലോലമാമെൻ കണ്ണാടിമനം
തെന്നി, പൊട്ടിച്ചിതറി നാലുപാടും.
ചില പാളികൾ ആഴിതന്നാഴത്തിൽ
മുങ്ങി, തിരിച്ചുവരുമോയെന്നറിയാതെ.
-ആനന്ദവല്ലി ചന്ദ്രൻ

***


## 92. വരവായി ഓണം


ആമോദമോടെ വരവായല്ലോ
ചിങ്ങമാസം, ലാസ്യമേളത്തോടെ
ഇക്കാലം ഹൃത്തിൽ തങ്ങിനിൽക്കും
ഏഴഴകോടെ നല്ലമിഴിവോടെ.
കുഞ്ഞുങ്ങൾക്കിതുല്ലാസകാലം
ഓണക്കാലത്തൊളിച്ചു കളിക്കാം;
സ്കൂളിൽ പോകേണ്ട ധൃതിയിൽ
പഠനം വേണ്ട ദീർഘസമയം .
സുഗന്ധമൊഴുക്കി പൂക്കളെങ്ങും
മാടിവിളിക്കുന്നു ഏവരേയും.
തുമ്പപ്പൂ, നെല്ലിപ്പൂ, കോളാമ്പിപ്പൂ,

മുക്കുറ്റിപ്പൂ, കണ്ണാന്തളിപ്പൂ :
ചെറുതും, വലുതെന്നൊന്നുമില്ല
സർവ്വവുമറുക്കുന്നു കിടാങ്ങൾ,
പുഷ്പങ്ങൾ ശേഖരിക്കുന്നവർ
ചന്തമാർന്ന പൂവട്ടികളിൽ,
വാടിപ്പോകാതിരിപ്പാൻ
ജലം തളിക്കുന്നു സൂനങ്ങളിൽ.
മുറ്റത്തെ പൂക്കളം, അകത്തേയും
ആകർഷകം , ആനന്ദദായകം.
ഓഫീസുകളിലും, പൊതുസ്ഥലത്തും
ഓണാഘോഷം അതിഗംഭീരം.
കായ വറുത്തതും, ശർക്കരയുപ്പേരിയും
പഴവും,പായസവും, പപ്പടവും
പുളിയിഞ്ചിയും, നാരങ്ങാക്കറിയും
നാലുദിനമെങ്കിലും നീണ്ടുനിൽക്കും .
തുകിലുണർത്തൽ സുന്ദരം
തുമ്പിതുള്ളൽ കമനീയവും.
ഓണക്കോടിയും, കൈകൊട്ടിക്കളിയും
നാട്ടിൻസുകൃതം, അംഗനകൾക്കിമ്പവും .
ഊഞ്ഞാലാടിയിരുന്നു പണ്ടൊക്കെ
ഓണത്തിന്നോർമ്മ സുഖദായകം.
നിർദ്ധനർക്കായി ഓണാഘോഷം
പങ്കെവച്ചാലേറെ പുണ്യപൂരകം.
ഓർമ്മകൾ തേടിത്തേടി വന്നിങ്ങെത്തുന്നു..
ഇന്ന് വയലുകളുമില്ല, പൂവട്ടികളുമില്ല
സദ്യയാണെങ്കിൽ ഭോജനശാലകളിൽ
അവിടെചെന്ന് മൃഷ്ടാന്നം ഭുജിക്കുന്നു.
മാവേലിയാണെങ്കിൽ ടെലിവിഷനിൽ
അരങ്ങേറുകയായി കോമാളികൾക്കൊപ്പം

കൈകൊട്ടിക്കളി, സ്റ്റേജുകളിൽ തകർക്കുന്നു.
മാവേലി വാണ നാളുകളെത്ര ഐശ്വര്യപ്രദം
കള്ളവും, കലാപവും, കൊലയുമില്ലായിരുന്ന
ഓണം, ഓണം...ലോകമെങ്ങും .ആഘോഷം !
-ആനന്ദവല്ലി ചന്ദ്രൻ
***

# 93 .ഇന്ത്യയുടെ പുണ്യം

ഇന്ത്യാ മഹാരാജ്യത്തിന്റെ
സ്വാതന്ത്ര്യം, രക്തം ചൊരിഞ്ഞല്ല
നേടിയത് ; അതോർക്കണമെപ്പൊഴും.
മറിച്ചു് സത്യമാമഹിംസവഴികൾ,
നിരാഹാരം എന്നിവയായുധങ്ങളാക്കി.
സ്വാതന്ത്ര്യത്തിനായ് ജീവൻ നൽകി
ഗാന്ധിജിയും, സവാർക്കറും,
ജാലിയൻവാലാബാഗിൽ
കൂട്ടക്കൊലയ്ക്കിരയായയവരും,മറ്റു പലരും.
അങ്ങനെയെത്രയെത്ര രക്തസാക്ഷികൾ
നമ്മുടെ മണ്ണിലടിഞ്ഞുപോയി
ഭാരതമാതാവിന്റെ പുണ്യമല്ലോയിവർ.
അർദ്ധനഗ്നനാം പാവനപുത്രൻ
ഭാരതമക്കളുടെ പിതാവ്
സ്വപ്നം കണ്ടത് ഇൻഡ്യയുടെ
സ്വാതന്ത്ര്യം; നേതൃത്വമേകി
ഭാരതജനതതിക്ക്;
സ്വതന്ത്രഭാരതം പിന്നെ വെടിയുണ്ട
ഉതിർത്തതാ നെഞ്ചിൽ ;
പിടഞ്ഞുവീണു, മഹാത്മാവ് മണ്ണിൽ.

കടംകൊണ്ട സ്നേഹവും, ത്യാഗവും
നാമെങ്ങനെ തിരിച്ചുനൽകും ?
അക്രമവും, അഴിമതിയും നടമാടുന്നിന്ന്
പ്രതീക്ഷപോലും കാറ്റിൽ പറത്തി.
ഒന്നും തരാനില്ല, രക്തസാക്ഷികളേ
ഹൃദയം നിറഞ്ഞ അക്ഷരപ്രണാമം
-ആനന്ദവല്ലി ചന്ദ്രൻ
***


## 94. മത്സരിക്കുന്നതെന്തിന് നാം


ബാല്യം മുതൽ കുത്തിനിറയ്ക്കുന്നു
മത്സരവീഞ്ഞ് കുഞ്ഞിൽ വേണ്ടുവോളം
അയലത്തെ കുട്ടിക്ക് ഒന്നാംസ്ഥാനം
അമ്മമാരെങ്ങനെ വെറുതെയിരിക്കും !
ശാസിച്ചിട്ടും സ്വന്തം കുഞ്ഞുങ്ങളെ
പാട്ടുമത്സരത്തിൽ, കായികമത്സരത്തിൽ,
നൃത്തമത്സരത്തിൽ, പഠിത്തത്തിൽ;
അറിഞ്ഞും, അറിയാതെയും നിറയ്ക്കുന്നു വിഷം.
വലുതായാൽ അമിതധനമെങ്ങനെ
ആർജ്ജിക്കണമെന്ന ചിന്താക്കുരുക്ക്
പലതിനും പ്രേരിപ്പിച്ചിടുന്നു പാരിൽ
കള്ളപ്പണവും, അഴിമതിയും മത്സരത്തിൽ
പരകളത്രത്തെ സ്വന്തമാക്കാൻ
എന്തും ചെയ്ത് അധമരായിത്തീരുന്നു.
ഇതിഹാസത്തിലിതിനെല്ലാം
ഉത്തരങ്ങളുണ്ടെന്നുമറിയാം;
കൗരവരും, പാണ്ഡവരും
തമ്മിലുള്ള കുരുക്ഷേത്രയുദ്ധം

നാശത്തിലല്ലോ കലാശിച്ചത്?
രാജ്യം മുഴുവൻ വെട്ടിപ്പിടിച്ച
അലക്സാണ്ടറും മരണസമയത്ത്
ഒന്നും കൊണ്ടുപോകുന്നില്ലെന്ന്
കാണിച്ച് കൈകൾ മലർത്തിയില്ലേ ?
മത്സരിക്കുന്നതെന്തിനു നാം വൃഥാ.
ശാശ്വതമല്ലൊന്നും, ഉപേക്ഷിയ്ക്കണം.
ഒരുദിനം, മരണം വിഴുങ്ങുന്ന നേരം
സ്നേഹമധുരത്തിലാറാടുമെങ്കിൽ
മത്സരിക്കുന്നതെന്തിന് നാം വൃഥാ.
-ആനന്ദവല്ലി ചന്ദ്രൻ
***


## 95. അഭയാർത്ഥികളിവർ


കൂരകളില്ലാത്തവർ
കൂരകൾ നഷ്ടപ്പെട്ടവർ
അർദ്ധനഗ്നർ, പേക്കോലങ്ങൾ
അർദ്ധപട്ടിണിയിൽ വേവുന്നവർ
അങ്ങുമിങ്ങും ഉഴന്നിടുന്നു.
അരച്ചാൺ വയറിന്റെ
വിശപ്പ് മാറ്റാൻ, തലയൊന്ന് ചായ്ക്കാൻ
അശരണരിവർ, വ്യഥ വിഴുങ്ങി
ഒരു താവളത്തിൽനിന്നും
മറ്റൊരു താവളത്തിലേയ്ക്ക്
മറുനാട്ടിലേയ്ക്ക് , സംഘമായി
ചിലപ്പോൾ വിദൂരങ്ങളിലേയ്ക്ക്.
ഇവരെ നാം അഭയാർത്ഥികളെന്ന്
വിളിച്ചാക്ഷേപിച്ചിടുന്നു നിർദ്ദയം.

ഇനിയുമൊരു കൂട്ടർ, ഉറ്റവരുണ്ടെങ്കിലും
അവരുടെ പരിചരണമനുഭവിപ്പാൻ
ഭാഗ്യമില്ലാത്തവർ, തെരുവിലലയുന്നു.
രോഗം കാർന്ന് ചികിത്സ ലഭിയ്ക്കാത്തവർ
ഇതരരുടെ ആട്ടും, തുപ്പും കേട്ട്
കേണിടുന്നു, മാറത്തടിച്ചിടുന്നു.
ജോലിയ്ക്കായി ഇരക്കുമ്പോൾ
ആട്ടിപ്പായിക്കുന്നിവരെ മാനുഷർ.
മറുദേശങ്ങളിൽനിന്നും
കേരളത്തിലെത്തുന്ന കൂലിക്കാർ
അഭയാർത്ഥികൾ തന്നെയല്ലേ ?
ചിലർ ഒറ്റയ്ക്കും മറ്റുള്ളവർ കൂട്ടായും.
ചിലയിടങ്ങളിൽ അഭയാർത്ഥി
കേമ്പുകളിൽ വെച്ചുനീട്ടുന്ന
ഒരു നേരത്തെ ആഹാരംകൊണ്ട്
തൃപ്തിയടയുന്ന ഇവരും മർത്യർ.
-ആനന്ദവല്ലി ചന്ദ്രൻ

***

## 96. കയ്യബന്ധം

കൈപ്പിഴയാർക്കും പറ്റാമൊരു വേള
കേവലം മാനവരല്ലേ നമ്മൾ ?
കയ്യബന്ധമെന്ന് ചൊല്ലിയൊഴിയാനാവില്ല
കയ്യബന്ധം ദുരന്തമായി പിണയുന്നേരം.
അടുക്കളയിൽ ഗ്യാസ് തുറന്നുവിട്ട്
അല്പം കഴിഞ്ഞ് കത്തിച്ചാൽ
എന്താകുമെന്ന് ഊഹത്തിന്
എറിഞ്ഞ്നോക്കാം, കരിവെണ്ണീർ..

ചുമയ്ക്കുള്ള മരുന്നെന്ന് കരുതി
ചുമ്മാ കരുതലില്ലാതെ മൂട്ടവിഷം
കഴിച്ചാലുള്ള അപായമോർക്കണം
കാട്ടരുത് കൈപ്പിഴ തീർച്ചയായും.
കുഞ്ഞുകുട്ടിയെയെടുക്കുമ്പോൾ
കുഞ്ഞ് വീഴും ശ്രദ്ധയില്ലെങ്കിൽ.
കാൽമുട്ട് പൊട്ടാം, തലയോട് തകരാം
കൈകൾ ചതയാം, ഓർമ്മ വേണം.
പെരുന്തച്ചന്റെ ഉളി തലയിൽ പതിച്ച്
പ്രമുഖൻ തച്ചന്റെ പുത്രൻ മൃതിയടഞ്ഞു.
തനിക്കൊരു കൈപ്പിഴ വന്നതാണെന്ന്
താൻതന്നെ ചൊല്ലി, വിശ്വസിച്ചില്ലാരും.
കാറോടിക്കുന്നവരും, ബൈക്കോടിക്കുന്നവരും
കണ്ടില്ലെന്ന് വരരുത്, ബ്രേക്കിടേണം
വേണ്ടസമയത്ത് ജനശതങ്ങളെ
വിപത്തിൽനിന്നും രക്ഷിക്കാൻ.
-ആനന്ദവല്ലി ചന്ദ്രൻ
***


# 97. തിരുപ്പിറവി


പാരിലെങ്ങും രജനി പ്രഭപൂരിതം
നീളെ തിരുപ്പിറവി ആഘോഷം
പ്രകാശം മനസ്സിനകത്തേയ്ക്ക് വിട്ട്
ദു:ഖവും, തിന്മയുമകറ്റൂ എന്ന
ലോകനാഥന്റെ സന്ദേശസ്മരണയിൽ
ക്രിസ്തുമസ് നിശ മഞ്ഞിൽ പ്രഭയിലാറാടുന്നു.
എങ്ങും ദീപങ്ങൾ, നക്ഷത്രവിളക്കുകൾ
പള്ളികളിൽ പള്ളിമണികളുടെ നാദം

ബത്ലഹേമിൽ കാലികളുടെ പുൽക്കൂട്ടിൽ
ഉണ്ണിയേശുവിന്റെ പിറവിയറിയിക്കാൻ.
അപ്പവും, വീഞ്ഞും വേണ്ടുവോളം വിളമ്പി
ജനസഹസ്രങ്ങൾക്ക് വിരുന്നൊരുക്കിയവനേ,
ഉള്ളവർ ഇല്ലാത്തവർക്കല്പ്പ നൽകേണമെന്ന
സത്യം കർമ്മത്തിലൂടെ കാട്ടിത്തന്ന
പുണ്യപുരുഷാ ഉണ്ണിയേശുവെ, നിൻ
ചരണങ്ങളിൽ ഞങ്ങളെയർപ്പിക്കട്ടെ .
പാപികൾക്കും, അശരണർക്കും, വേശ്യകൾക്കും
ആശ്രയമരുളിയവനെ ലോകരക്ഷകാ
ഞങ്ങൾക്കായി ക്രൂശിക്കപ്പെട്ടവനേ
ഞങ്ങളിൽ നന്മമാരി പെയ്തിറങ്ങട്ടെ.
ലോകത്തിൽ നന്മയുള്ളവർക്ക് സമാധാനം
എന്നരുളിയ ഈശനെ വാഴ്ത്തിടട്ടെ.
അക്രമവും, അഴിമതിയും ഹിംസയും കാർന്ന്
നാശനഷ്ടങ്ങളും, അസമാധാനവും
കൊടുമ്പിരികൊണ്ട് ഉഴലുന്ന ഞങ്ങൾക്ക്
ശാന്തിയും, സന്തോഷവും നല്കാനായിരുന്നല്ലോ
യേശുവിന്റെ തിരുപ്പിറവിയീമണ്ണിൽ ;
ഓർമ്മപ്പെടുത്തട്ടെയതിവിടെ സാദരം.
സ്നേഹത്തിന്റേയും, കാരുണ്യത്തിന്റേയും
മുദ്രഭാവം, യേശു, ഹൃത്തിൽ സഹനതാളമേകട്ടെ.
-ആനന്ദവല്ലി ചന്ദ്രൻ

***


## 98. നല്ലൊരു നാളേയ്ക്കായ്

ഇന്നലെയുടെ വ്യഥകളും
കഴിഞ്ഞ കാലത്തെ

നഷ്ടസ്വപ്നങ്ങളും, മോഹഭംഗങ്ങളും
തൂത്തുവാരിയെറിയുവിൻ ;
മുന്നിൽ നല്ലൊരു നാളെ.
പൊൻകിനാവിൻ നൂൽ കോർക്കൂ
പ്രശാന്തസുന്ദരം നാളേയ്ക്കായി.
സ്വപ്നങ്ങൾ കാണാമിഷ്ടംപോലെ
നഷ്ടപ്പെടാനൊന്നുമില്ലെന്ന് നിനച്ച്.
നവവത്സരത്തെയെതിരേൽക്കുവിൻ
നവീനവിശ്വാസത്തിൻ വീണ മീട്ടി
കർമ്മം ശക്തമാക്കി കരുതുക, പൊരുതുക
നാളെയുടെ പൊൻ ദീപപ്രഭ കാത്ത്
മുന്നേറണം, മുന്നേറണം നമ്മൾ.
പിന്നിട്ട വർഷത്തെ വീഴ്ച്ചകളും, അലംഭാവവും
വെടിഞ്ഞ് നൂതന വഴികൾ തേടണം.
രൂപാനോട്ടുകൾ മാറിയാൽ മാത്രം പോരാ
ചിന്താധാരകളും മാറ്റിയുണരേണം.
സത്യം, സമത്യം, സാഹോദര്യമീക്കണ്ണികൾ കോർത്ത്
സ്നേഹച്ചങ്ങല തീർത്തിടേണം ജനമദ്ധ്യേ.
അക്രമവും, അഴിമതിയും പിഴുതെറിയേണം
പ്രതീക്ഷതൻ കിരണങ്ങൾ പൊഴിയ്ക്കേണം.
ആതിരക്കുളിരിൽ മുങ്ങിടുന്ന രാവുകളും,
പുലരികളും നവോന്മേഷമേകട്ടെ ഹൃത്തിൽ.
വരും കാലം നന്മകളും, സമാധാനവും
നിറച്ചീടുവിൻ ലോകോന്നതിയ്ക്കായ്.
പൊയ്പ്പോയ കാലത്തോട് വിടചൊല്ലി
പുതുവത്സരത്തിൻ നാളേയ്ക്ക് സ്വാഗതമോതുന്നു.
-ആനന്ദവല്ലി ചന്ദ്രൻ
***

## 99 . എന്റച്ഛൻ

എന്റമ്മ പറഞ്ഞറിഞ്ഞിട്ടുണ്ട്
എന്റെ ജനനത്തോടെയാണത്രെ
അച്ഛൻ കുഞ്ഞുങ്ങളെ ലാളിക്കുന്നതും
ഞൊടിയിട്ടവരെ കളിപ്പിക്കുന്നതും.
സ്കൂളിൽ പോകാൻ മടിയും, കുറുമ്പും കാട്ടിയ
ആദ്യനാളുകളിൽ, എന്റനുജത്തിയെ എടുത്തിട്ടു
പോകുമായിരുന്നു, സ്കൂളിലേയ്ക്കെൻ താതൻ;
ഞങ്ങളെ അച്ഛരനാണ് അക്ഷരം പഠിപ്പിച്ചതും.
അക്ഷരം കൂട്ടിവായിക്കാനായപ്പോൾ പത്രം
വായിച്ചുകൊടുക്കണമായിരുന്നു പിതാവിന്.
സാഹിത്യമഞ്ജരിപോലുള്ള കാവ്യപുസ്തകങ്ങളിലെ
കവിതകൾ അച്ഛരൻ ഉറക്കെ ഉരുവിടുമായിരുന്നു.
എന്നെങ്കിലും ഞങ്ങൾ വ്രതമെടുത്താൽ പിറ്റേന്ന്
ഞങ്ങളോട് നേരത്തെ ഭക്ഷിപ്പാൻ ധൃതികൂട്ടും, അച്ഛരൻ.
ചെറിയ കഥകളൊക്കെ ഞങ്ങളെ കേൾപ്പിച്ചിരുന്നു
നർമ്മരസത്തോടെ, ആശയം നഷ്ടപ്പെടുത്താതെ.
നാട്ടിൽ ജോലിയന്വേഷിച്ച് കിട്ടില്ലെന്നായപ്പോൾ
പ്രവാസജീവിതത്തിന്ന് തെയ്യാറെടുത്തപ്പോൾ
എൻ ചുമലിൽ തലചായ്ച്ച് പൊട്ടിക്കരഞ്ഞച്ഛൻ.
മോഹങ്ങൾ വിരിഞ്ഞില്ലെങ്കിലും ചെറിയൊരു
ജോലിയെനിക്കുണ്ടെന്നറിഞ്ഞപ്പോൾ
സന്തോഷിച്ചതുമില്ല, ദു:ഖിച്ചതുമില്ല താതൻ.
പിന്നെയാ വൃദ്ധമാനസം എല്ലാറ്റിനോടും
സമരസപ്പെടാൻ പഠിച്ചുതുടങ്ങി.
നാട്ടുകാരേയും, വീട്ടുകാരേയും സ്നേഹിച്ചയെൻ
പിതാവ് നാടൻ കലകളേയും ഇഷ്ടപ്പെട്ടു.
അന്ത്യനാളുകളിൽ കാണാൻ കഴിഞ്ഞില്ല

മന:പൂർവ്വമായിരുന്നില്ല, യാത്രചെയ്യാനായില്ല
വീടെത്തും മുമ്പ് മരണം തട്ടിയെടുത്തെന്റെയച്ഛരനെ
ആർഭാടജീവിതം ഒട്ടുമില്ലാതിരുന്നയെൻ താതനെ.
-ആനന്ദവല്ലി ചന്ദ്രൻ
***

## 100. തണലിൽ

ഒരാൾക്ക് തണലേകി മറ്റെയാൾ
മനം കുളിർപ്പിച്ചീരുന്ന തണൽ
തേന്മാവിൻ തണലിൽ മുല്ലവള്ളിപോൽ
ഒരാൾ മറ്റാളുടെ തണലിൽ പടർന്നു.
ഇരുവരും തണലായിരുന്നുവെന്ന്
ചിലപ്പോഴെല്ലാം കഥിച്ചെങ്കിലും
ബലഹീനമാം മുല്ലലതയ്ക്ക് പ്രതാപൻ
തേന്മാവിന് തണലേകാനാകുമോ?
ഒരാൾ ഗൃഹഭരണത്തിലും, കിടാങ്ങളുടെ
പരിചരണത്തിലും മുഴുകിയിരുന്നുവെങ്കിൽ
സൽപ്പുമാൻ ദൈനംദിനവൃത്തികളും
പുറംഭരണവും ചുമന്നിരുന്നു.
ഒരാൾ ഊഞ്ഞാലിലിരിക്കവേ
മറ്റെയാൾ ആട്ടിക്കൊടുക്കുമപ്പോൾ.
അങ്ങനെയിരുവരും പരസ്പരം
തണലായി ജീവിച്ചിരുന്ന നാളുകൾ.
തീവ്രദു:ഖത്തിലെരിയുമ്പോളൊരാൾ
വലതുകരം നീട്ടി തണൽ വിരിച്ചു.
ചുടുനിശ്വാസം നെഞ്ച് പൊരിച്ചപ്പോൾ
ഊതി തണുപ്പേകി തണലും നല്കി.
വാർദ്ധക്യത്തിലേയ്ക്ക് ചുവടുവെച്ചപ്പോൾ

തണലും ഇല്ലാതായെങ്ങുമത്രെ കഷ്ടം!
ഇപ്പോഴുമൊരാൾക്ക് തണലായി മറ്റേയാൾ
കൂടെയുണ്ടായിരുന്നെങ്കിലെന്ന് കൊതിച്ചിടുന്നു.
-ആനന്ദവല്ലി ചന്ദ്രൻ
***

## 101 കെണിയൊരുക്കി

ചിലന്തി ഒട്ടുന്ന വല നെയ്ത്
പ്രാണികളതിന്റെ കെണിയിൽ
വീണ് പിടയ്ക്കുമ്പോൾ
ഉന്മാദത്താൽ കണ്ണ് തള്ളുന്നു
ഇരയെ കിട്ടിയ സന്തോഷത്തിൽ.
എലിക്കെണിയിൽ വിഷം
നിറച്ച ഭക്ഷണം വെച്ച്
എലി, കെണിയിൽ വീഴുമ്പോൾ
ഉന്മാദച്ചിരി ചിരിയ്ക്കുന്നു
മനുജർ, തന്റെ കൌശലത്തിൽ.
തക്കംപാർത്ത് കെണിയിൽ
കുരുക്കി പെൺകുട്ടികളെ
നിർദ്ദയം മാനഭംഗപ്പെടുത്തി
രസിച്ച് തുണ്ടം തുണ്ടമായി
കശക്കിയെറിയുന്നു കശ്മലർ.
എ. ടി. എം, ക്രെഡിറ്റ് കാർഡ്
നമ്പറുകൾ സൂത്രത്തിൽ വാങ്ങി
പാവങ്ങളുടെ പണമപഹരിച്ച്
പിടികൊടുക്കാതെ മുങ്ങുന്നവർ.
സുരക്ഷയ്ക്കും, സ്വരക്ഷയ്ക്കുമപായം.
-ആനന്ദവല്ലി ചന്ദ്രൻ

***

## 102. സൗഭാഗ്യം

ആർഷഭാരതത്തിൽ
ശ്രേഷ്ഠം മനുഷ്യനായി
പിറന്നതാണെൻ മഹാ-
ഭാഗ്യം, വൻ സൗഭാഗ്യവും.
എനിക്ക് ചുറ്റും വിസ്മയദൃശ്യം
എണ്ണിയാലൊതുങ്ങാത്തത്രയും;
ഹരിതവർണ്ണം പുൽപ്പരവതാനികൾ
മനോഹരം താരുലതാദികളും.
കുളങ്ങളും, കിണറുകളും,
ആറുകളും, അരുവികളും,
കടലുകളും, സമുദ്രങ്ങളും
അവയിൽ മീനുകളും, പവിഴപ്പുറ്റുകളും.
ഞാനനാഥയല്ലെന്നുള്ളതെന്റെ
സൗഭാഗ്യം - ബാല്യത്തിലും,
കൗമാരത്തിലും, യൗവ്വനത്തിലും,
വാർദ്ധക്യത്തിലും എന്നുമെന്നും.
സ്നേഹനിധികളാം മാതാപിതാക്കളും,
സ്നേഹിച്ച കൂടപ്പിറപ്പുകളും, മിത്രങ്ങളും,
ബന്ധുക്കളും , സഹപ്രവർത്തകരും
കൂടെയുണ്ടായതെൻ സൗഭാഗ്യം.
വിവാഹം കഴിഞ്ഞ്, സ്നേഹനിധിയുടെ
പരിചരണവും, സംരക്ഷണവുമറിയാനും
ലാളിക്കാനും, തണലേകുവാനും മക്കളെ
നൽകിയതും സൗഭാഗ്യമെന്നറിയുന്നു ഞാൻ.
നല്ല അയൽക്കാരേയും, നാട്ടുകാരേയും

തന്നതും, രുചിയുള്ള ഭക്ഷണവും,
കിടക്കാൻ വീടുണ്ടായതും സൌഭാഗ്യമത്രേ.
ഗുരുനാഥന്മാരുടെ അനുഗ്രഹവും മഹാഭാഗ്യം.
നിശീഥിനിയിൽ തിങ്കളേയും,
താരകങ്ങളേയും നോക്കികിടന്ന്
സ്വപ്നങ്ങൾ നെയ്യുന്ന എനിക്ക്
ഈ ലോകമിനിയും സുന്ദരമാകണം.
ആനന്ദവല്ലി ചന്ദ്രൻ
***


# 103. ക്ഷമാപണം


നീറുന്നിതെന്മനം എരിതീപോലെ
ആർക്കും കാണാവതല്ലല്ലോ
ഈ വ്യഥയും പേറിയെത്ര കാലം
കഴിയേണമിവിടെയീ ഭൂവിൽ ?
പ്രിയേ നിനക്കെന്നരികിലെത്താമോ ?
എന്റെ തെറ്റുകളെല്ലാം നിന്നോട്
പറഞ്ഞെനിക്ക് പൊട്ടിക്കരയണം.
ഒരായിരം മുറിവുകളുണ്ടെൻ നെഞ്ചിൽ
രുധിരം പടർന്ന് ഉണങ്ങാത്തതായി.
മാപ്പ് അർഹിക്കാത്ത തെറ്റുകളേറെ.
ഞാൻ നിന്നെ തല്ലി, പല തവണ
ചീറിയടുത്ത് നിന്റെ മുഖത്തേയ്ക്ക്
വലിച്ചെറിഞ്ഞിട്ടുണ്ട് ചോറും, കറികളും
നീ സ്വരൂപിച്ചുവെച്ച പണമെടുത്ത്
മദ്യവും, കൂട്ടുകാരുമായി നടന്നു
നിന്റെയോ, കുഞ്ഞുങ്ങളുടെയോ
അസുഖമോ, രോഗമോ ശ്രദ്ധിച്ചില്ല.

പ്രതികരിച്ചില്ല , ശക്തമായി
സർവ്വംസഹയായ നീയെൻ ഭാര്യ.
ക്ഷമിച്ചാലും പ്രിയേ,. മുകളിൽ നിന്നും
രോഗിയായപ്പോൾ എല്ലാം മറന്ന്
നീയെന്നെ ശുശ്രൂഷിച്ചു, സുഖപ്പെടുവോളം
എന്നാൽ നിന്നെ മരണം പുണർന്നു;
നിന്റെ ശ്മശാനത്തിലിതായെന്റെ അശ്രുക്കൾ.
-ആനന്ദവല്ലി ചന്ദ്രൻ

***


## 104. സമർപ്പണം


എന്നെയോരം ചേർത്തു
നിർത്തിയിരുന്ന ഭിത്തിയൊരുനാൾ
പൊളിഞ്ഞു നിപതിച്ചി -
തീയൂഴിയിൽ മുന്നറിയിപ്പില്ലാതെ.
താങ്ങു നഷ്ടപ്പെട്ടയെനിക്കാ-
കുമോയിനിയെഴുന്നേൽക്കാൻ.
മമ ഭവനത്തിന്റെ ചുറ്റുപാടും
ചില്ലകളും ശാഖകളുമേന്തി
തഴച്ചുനിന്നിരുന്നൊരീയാൽമരം
വേരറ്റു വീണിതെന്തിങ്ങനെ?
ഉള്ളിലെ ജീവൻ കാർന്നു തിന്നാ-
നായി മാത്രമെത്തിയൊരീരോഗം
കാർന്ന്, കാർന്ന് കാണക്കാണെ
നിശ്ചലമാക്കിയാ ദേഹത്തേയും.
ആയിരം തവണ മനസ്സാൽ
കേണിട്ടും അല്പ കനിഞ്ഞില്ല
ആയുസ്സ് നീട്ടിക്കിട്ടിയതുമില്ല

കൂരിരുട്ടിലാഴ്ത്തി ഞങ്ങളേയും.
വിലപേശി നീട്ടാവുന്നതല്ല-
ല്ലോ മർത്യജീവിതമീ ഭൂവിൽ.
യാത്ര ചൊല്ലാനായി ദിനമൊന്നും
തിരഞ്ഞുവെച്ചില്ല ഇത്രയും നാൾ.
ഊർജ്ജമേകൂ മുങ്ങിത്താഴാൻ
വെമ്പുന്നൊരീ ജീവിതനൌക -
യ്ക്കൊരിത്തിരി ദൂരം തുഴയാൻ ;
ദുർഘടമീ കൊടുങ്കാറ്റ് ഭേദിച്ച്.
അശ്രുകണം വീഴ്ത്താൻ മടിക്കുമീ -
മിഴികളിൽ ഭാരമേറെ , ഹൃത്തിലും.
ഈ വ്യഥ കഥിക്കാനാവതല്ലല്ലോ
സമർപ്പിപ്പൂ നാഥാ എന്നെ അങ്ങേയ്ക്ക്.
ജീവിതമൊരു സമസ്യയായിക്കാണാൻ
സമർപ്പിക്കുന്നശ്രുക്കൾ അക്ഷരങ്ങളായി.
-ആനന്ദവല്ലി ചന്ദ്രൻ
( സ്വന്തം പ്രാണനാഥൻറെ വേർപാടിൽ നൊന്തെഴുതിയ
വരികൾ )

***

## 105. ക്രൂശിയ്ക്കപ്പെട്ടവർ

സൽക്കർമ്മം ചെയ് വ്വോരെ
ക്രൂശിച്ചിടുന്നു പാരിലെന്നും.
നിർമ്മല പെൺസൂനങ്ങളെ
അധർമ്മികൾ വേട്ടയാടുന്നു.
നിർദ്ദാക്ഷിണ്യം വൃദ്ധരെ
കൂടാരങ്ങളിൽ കൊണ്ടാക്കുന്നു
വഴിയോരത്ത് തള്ളുന്നു.

അവർ ചെയ്ത തെറ്റെന്ത്?
കുഞ്ഞുങ്ങൾക്ക് സ്നേഹം നൽകി
ഊട്ടി പരിപാലിച്ചതോ?
സജ്ജനം ധർമ്മം നടത്തി
ശാന്തി പ്രസരിപ്പിക്കുന്നേരം
പിന്തുടർന്ന് ക്രൂശിയക്കുന്നു
നാട്ടിൽ , മനുഷ്യമൃഗങ്ങൾ.
ദുഷ്ടജനത്തെ സന്മാർഗ്ഗത്തിലേയ്ക്കാ-
നയിക്കാനിനിയിവിടെയാരുമില്ല.
അഥവാ അതിന് മുതിർന്നാൽ
അവരുടെ വിധിയും തഥൈവ.
അനാദികാലം മുതൽക്കേ നന്മ
ചെയ്തവരെ ക്രൂശിച്ചിട്ടേയുള്ളൂ.
ലോകത്ത് പാപികൾ പനപോലെ
വളർന്ന്, രക്തച്ചൊരിച്ചിൽ നടത്തി.
യേശുദേവനെ ക്രൂശിച്ചതെന്തിന് ?
പാവങ്ങൾക്ക് സംരക്ഷണം നൽകി
പാപികളെ പാപമുക്തരാക്കി
ധർമ്മമാർഗ്ഗത്തിൽ ചരിപ്പിച്ചതിന്ന് .
ചിത്തത്തിൽ നന്മയുടെ നാമ്പുകൾ
വളർത്തി സ്നേഹമുണരണമുലകിൽ
നിരപരാധികളിവിടെ വൃഥാ
ക്രൂശിയ്ക്കപ്പെടാതിരിയ്ക്കണമെങ്കിൽ
-ആനന്ദവല്ലി ചന്ദ്രൻ

***

## 106. തെളിവുകൾ തേടാൻ

ആഗോളസംസ്കൃതിക്കും, സുരക്ഷക്കും

വേണം തെളിവുകൾ ന്യായമായും.
നേരുകൾ ഊട്ടിയുറപ്പിക്കാൻ
നെയ്ത്തിരികളായി തെളിവുകൾ .
ജന്മസ്ഥലം, ജനനത്തിയ്യതി ,
വിദ്യാഭ്യാസം, മറ്റു യോഗ്യതകൾ....
അതെ, ഉണ്മകൾ, മോഹച്ചീലുകൾ
കരിന്തിരിയായി എരിയാനല്ല.
ഭൂതലത്തിലെ കാഴ്ചകൾ
ഞെട്ടിച്ചേയ്ക്കാം, കനലായി;
അന്തിപ്പട്ടിണി കിടന്ന്
ഉടുതുണി മാറ്റാനില്ലാത്തോർ.
കുന്നുകളും, മലകളും, കാടുകളും
തട്ടിനിരത്തി കോൺക്രീറ്റ്
സൌധങ്ങൾ തലയ്ക്ക് മീതെ,
ചൂടും, വിഷവായുവും ചുറ്റും.
കുഞ്ഞുങ്ങളെ മോഷ്ടിക്കുന്നവർ,
അബലകളെ പീഡിപ്പിക്കുന്നവർ
അമ്മമാരുടെ ഹത്യ നടത്തുന്നവർ
മിണ്ടാപ്രാണികളെ ഹനിക്കുന്നവർ.
രാജ്യാതിർത്തി കാക്കുന്ന ഭടന്മാരെ
നിർദ്ദയം ഹിംസിക്കുന്നവർ
നാട്ടിനെ തുണ്ടം തുണ്ടമാക്കി
വില പേശുന്നവർ, കാപാലികർ.
ഇവയ്ക്കൊക്കെയുള്ള ഉത്തരങ്ങൾ
നാം സംയമനത്തോടെ തേടേണ്ടേ?
നേരുകൾ ഊട്ടിയുറപ്പിക്കാൻ
നെയ്ത്തിരികളായി തെളിവുകൾ .
-ആനന്ദവല്ലി ചന്ദ്രൻ
***

## 107. മുഖാമുഖം

ഒരു നിയോഗമെന്നോണം
എനിക്ക് പലപ്പോഴും
കൂട്ടിനാരുമില്ലാതെ യാത്ര
ചെയ്യേണ്ടി വന്നിട്ടുണ്ട് ;
പല കാരണങ്ങളാൽ
വണ്ടികളിലും, ബസ്സുകളിലുമായി.
ഒരുദിനം ബാലാർക്കൻ
ഉദിച്ചുയരുന്ന നേരം,
രക്താങ്കിതം സൂര്യരശ്മിയാൽ
നഭസ്സ് ആടയണിഞ്ഞിരുന്നു:
ഞാനാസമയം റെയിൽവെ
പ്ളാറ്റ്ഫോമിലെത്തി
തെക്കും, വടക്കും നോട്ടമിട്ട്
തീവണ്ടിയ്ക്കായി കാത്തു.
എനിയ്ക്ക് യാത്ര തിരിക്കേണ്ട
വണ്ടി ഏഴര മണിക്കാണത്രേ;
ഒരു മൂലയിൽ നിന്നു ഞാൻ
അല്പം ഭീതിയോടെ തെല്ലുനേരം.
ഏഴരയായപ്പോൾ ഒരു വണ്ടി
കുതിച്ചുവന്നുനിന്നു, മുന്നിൽ.
ഞാനതിൽ കയറിയപ്പോൾ
പോകേണ്ട വണ്ടിയതല്ലെന്നും,
അറിയാവുന്ന സ്റ്റേഷനിൽ
വണ്ടി നിറുത്തില്ലെന്നും
അപ്പോളറിഞ്ഞ ഞാൻ ചാടി
പുറത്തേയ്ക്ക്, വണ്ടിയിൽനിന്ന് .

കമിഴ്ന്നടിച്ചു വീണു ഞാൻ
ധരണിയിൽ , എന്ത് കഥിക്കാൻ..?
മരണത്തെ മുഖാമുഖം കണ്ട
ഏതാനും നിമിഷങ്ങൾ, മുന്നിൽ.
വാച്ചിന്റെ ചില്ല് പൊട്ടി
മണ്ണിൽ കുളിച്ചിരുന്നു .
കൈകളിലും, കാലുകളിലും
രക്തവും, മണ്ണും ഇഴുകിച്ചേർന്നു .
മാതാപിതാക്കളുടെ പുണ്യംകൊണ്ട്
രക്ഷപ്പെട്ടതാണെന്ന് കാണികൾ.
എന്തും മുഖാമുഖം കാണുമ്പോൾ
ചമ്മൽ, ഭീതി, നാണം - എന്തുമാവാം.
-ആനന്ദവല്ലി ചന്ദ്രൻ
***


# 108. ഇരുൾ


ഇരുൾ മൂടിയ വാനം
സമാനം ഇരുട്ടിൽ
മറഞ്ഞ ഹൃദയാകാശം
രണ്ടും കലുഷിതം.
" വെളിച്ചം ദു:ഖമാണ് ഉണ്ണീ
തമസ്സല്ലോ സുഖപ്രദം " എന്ന
കവിയുടെ രോദനം നിഷ്കളങ്കവും,
ആത്മീയസത്തയുടെ സ്ഫുരണവും.
ഇരുളിൽ അറും നീചവൃത്തികൾ
നടമാടിടുന്നല്ലോ പാരിൽ ...
കൊള്ളക്കൊലകൾ പെരുകിടുന്നൂ
സാഹസികത മുഴുത്ത് മുഴുത്ത് .

എന്തിനും ഇരുട്ട് കവചമായി
സ്വന്തം നിഴലുകൾ പോലും
പിന്തുടരാതെ, ഭയം തീണ്ടാതെ
പേക്കൂത്തുകൾ തുടരുന്നു കഷ്ടം.
അരുതായ്മകൾക്കതിരില്ല
കാമലീലക്ക് സ്ഥലകാലമില്ല
മനുഷ്യത്വമില്ലാത്ത ലോകം
ഇരുൾ പടർന്നുമൂടിയ ലോകം .
ഇരുൾ മൂടിയ വാനം
സമാനം ഇരുട്ടിൽ
മറഞ്ഞ ഹൃദയാകാശം
രണ്ടും കലുഷിതം.
-ആനന്ദവല്ലി ചന്ദ്രൻ
***


## 109 . ചോദ്യങ്ങൾ


ചോദ്യങ്ങളില്ലാത്ത സമയം
വിരളമെന്റെ മനസ്സിൽ .
എങ്ങുനിന്നെന്നറിയില്ല
നേരുത്തരങ്ങളില്ലാത്ത
ചോദ്യങ്ങളങ്ങനെ തുരുതുരാ
വന്നും, പോയുമിരിയ്ക്കും.
വാനിൽ താരകങ്ങൾ ചിമ്മുകയും,
കണ്ണ് തുറക്കുന്നതും എന്തിന്നാ?
തൂവെള്ള മേഘജാലത്തെയാരാണ്
കറുപ്പണിയിയ്ക്കുന്നത് വർഷത്തിൽ ?
ഇടിവെട്ടിനെന്തിനിത്ര ആരവം?
ഇടിമിന്നലൊളി കമ്പിത്തിരിവെട്ടമോ?

മീനുകളെ നീന്താൻ പഠിപ്പിച്ചതാർ ?
കുക്കുടത്തിന്റെ അലാറമെത്ര കൃത്യം !
വിഹഗങ്ങൾ വിഹായസ്സിലേയ്ക്ക് നോക്കി
ചിറകുകൾ വീശി പറക്കുന്നതെങ്ങനെ?
മന്ദമാരുതൻ സുഗന്ധം പരത്തുന്നു..
കൊടുങ്കാറ്റ് മരങ്ങളെ കടപുഴക്കുന്നു !
മാനവരുടെ ആകാരഘടനയും,
അവയവങ്ങളും ഒരുപോലെ
ബാഹ്യകർമ്മങ്ങൾ വിഭിന്നം ..
സജ്ജനം, ദുർജ്ജനമെന്നുള്ള
വേർതിരിവെങ്ങനെയുണ്ടായി?
എനിക്കുത്തരം കിട്ടാത്ത ചോദ്യം.
-ആനന്ദവല്ലി ചന്ദ്രൻ
***


# 110. എന്റെ ആകാശം

എനിക്കുണ്ട് രണ്ടാകാശം..
ബാഹ്യതലേ, തലയ്ക്കു മീതെ
ഗ്രഹങ്ങളും , താരകങ്ങളും ,
മേഘങ്ങളും ചുമന്ന് വാനം.
അകതാരിൽ, ചിത്താകാശം
അഥവാ ഹൃദയാകാശം, നീളെ
സ്നേഹവാത്സല്യങ്ങളും, കരുണയും
ഗ്രഹങ്ങളും, താരകങ്ങളുമായി .
സാഗരത്തിലും, ഹൃദയത്തിലും,
അംബരനിഴൽ രൂക്ഷമാകുമ്പോൾ
മാനത്ത് ഇടിയും, പേമാരിയും
മനസ്സിൽ കോപവും, കണ്ണീരും.

മഴക്കാലത്ത് മൂടിപ്പുതയ്ക്കാം ഉടലാകെ
കുളിരിൽ കൊറിയ്ക്കാം കൊതിയോടെ
മഴവില്ല് ആകാശച്ചെരിവിൽ
കാണുമ്പോൾ വിഷാദമകന്നിടുന്നൂ.
വിണ്ണിൻ സീമകളിൽ ഗ്രീഷ്മവും,
വർഷവും, ശിശിരവും, വസന്തവും
മാറി മാറി വരുമ്പോൾ , താപവും,
മഴയും, കുളിരും, സന്തോഷവും.
കുഞ്ഞുങ്ങൾ കടലാസ് വിമാനങ്ങൾ,
മുതിർന്നവർ റോക്കറ്റുകൾ, പറത്തുന്നൂ
അനായാസം, മേലെ നഭസ്സിൽ
സ്വപ്നങ്ങൾ വിരിഞ്ഞാടുന്നു മനമേ.
ധരണി പച്ചപ്പരവതാനി പുതച്ച്
പൂക്കളും, ഫലങ്ങളും തൂക്കിയാടുന്നത്
കാണാൻ രസകരം, ആനന്ദകരം
കതിരവന്റെ രശ്മിയിൽ, നിലാവിൽ.
-ആനന്ദവല്ലി ചന്ദ്രൻ
***


## 111. വീണിതല്ലോയീപത്രം


ഇന്നലെവരെ ഈ മരത്തിൽ
സ്വതന്ത്രം വിഹരിച്ച പച്ചയില,
കുടുംബത്തിലെല്ലാവർക്കും
ഭക്ഷണമെത്തിച്ച കുടുംബിനി-
പഴുത്തിന്നു താഴെ മണ്ണിൽ .
താനേ ഞെട്ടറ്റു വീണതോ
കാറ്റ് വീശി വീഴ്ത്തിയതോ
എന്തെന്നറിഞ്ഞീല സുന്ദരി-

യിവൾ പഴുത്ത് തുടുത്താലും.
ചുണ്ടിന്റെ കോണിലായി
അല്പം ചാരനിറം തൊലി
ചുളിഞ്ഞ് ഉണക്കമായി.
ഈ പത്രമോർമ്മ നൽകിടുന്നൂ
അംഗനയുടെ പേലവാധരങ്ങളെ;
മേലെ ചുണ്ടിലെയൊരംശം
ആരോ കടിച്ചു മുറിച്ചപോലുണ്ട്.
വൃക്ഷത്തിന്റെ ശിഖരങ്ങളിൽ
ഇലകൾ കേഴുന്നുവോ, അനിവാര്യം!
ജനിമൃതികൾ , പൊടിമണ്ണിൽ.
ജന്മമെടുക്കുന്ന എല്ലാറ്റിനും
നിശ്ചിതകാലശേഷം മരണം.
എന്നല്ലേ പ്രകൃതിനിയമം?
ജീവിതകാലം സൽക്കർമ്മം ചെയ്ത്
വസിക്കണം ശാശ്വതമല്ലൊന്നും.
ഈയില നാലുനാൾ കഴിയുമ്പോൾ
ഉണങ്ങി, ചീഞ്ഞ് മണ്ണിൽ ചേരും.
നശ്വരം, നശ്വരം തന്നെയെല്ലാം
നശ്വരം ചേതനവും, അചേതനവും.
-ആനന്ദവല്ലി ചന്ദ്രൻ

***


## 112 . ഇന്നലെയിലെ മഴ


കാത്ത് മനം നീറിയപ്പോൾ
ഇന്നലെ അതിഗംഭീരമാം മഴ
ഓരോ തുള്ളിക്കൊരു തുടം നീർ
ഉജ്ജ്വലം ഇടിയും, മിന്നലും .

പൂമരങ്ങൾ ആടിയുലഞ്ഞു,
തരുക്കൾ നിന്നാടി പെയ്തു
എങ്ങും കൂരിരുട്ട്; നനഞ്ഞു,
തളിരിലകൾ അംഗനകൾ.
പാഠശാലയിൽ നിന്നും മടങ്ങുന്നവർ ,
കുട കരുതാത്തവർ തല മൂടി ഇലകളാൽ.
അവൾ മാത്രം എന്തെന്നറിയാതെ പരുങ്ങി
എന്റെ കുട നീട്ടിയപ്പോൾ മടിച്ചത്-
വാങ്ങി വീട്ടിലേയ്ക്ക് തിരിച്ചു, മന്ദം മന്ദം.
പ്രണയമായിരുന്നില്ല എന്നാലെന്മനം
ആർദ്രമാവുന്നു അവളെ നോക്കിടുമ്പോൾ .
മഴ തോർന്നപ്പോൾ വാനത്തെ മഴവില്ല്
ചൂണ്ടിയവളെൻ ചാരെ വന്ന് കുട നൽകി;
കണ്ടു ഞാനും മഴവില്ലെന്റെ ഹൃത്തിൽ.
മുള പൊട്ടിയ നെൽവിത്തുകൾ
മുറത്തിൽ നിന്നും വയലിലേയ്ക്കെ-
റിഞ്ഞു കൃഷീവലർ താളത്തിൽ ,
ഓലക്കുടകളും തലയിൽ ചൂടി.
മഴ, തെല്ല് തോർന്നപ്പോൾ
കുന്നിൻപുറത്ത് കാണായി
പുകപോലെ മൂടൽ മഞ്ഞ്,
ദേവീക്ഷേത്രത്തെ മറച്ച് .
ഇന്നലെ പെയ്ത മഴ, മോദവും,
നടുക്കവും നൽകി മനസ്സിൽ
വല്ലാത്തോരനുഭവം തന്ന്;
നല്ല രസാനുഭൂതി നൽകി.
-ആനന്ദവല്ലി ചന്ദ്രൻ
***

# 113.ഭാരം ചുമന്ന്

എന്നുമെന്നച്ഛൻ പോയിടുന്നു
വേല ചെയ്തിടുന്നു, കുടുംബത്തെ
പോറ്റുന്നതിന്നായി, ഒറ്റയാനായി
ഏണി ചുമലിൽ, കത്തി അരയിൽ.
വിദ്യാലയത്തിന്നൊഴിവായതിനാൽ
എന്നെയും കൂട്ടിന് വിളിച്ചതാണ്;
താതനെന്തു വേല , എന്ത് ചെയ്യുന്നു-
വെന്നെനിയ്ക്കും ഇന്ന് കാണാമല്ലോ.
പിതാവ് തെങ്ങുകയറ്റക്കാരനത്രെ
അമ്മ പറഞ്ഞുതന്നൊരു ദിവസം.
ഈ തൂക്കുപാത്രത്തിൽ ഉച്ചഭക്ഷണം
ഞങ്ങൾക്ക് രണ്ടുപേർക്കുമായി.
അച്ഛന്റെ ചുമലിലെ മുള്ളേണി
എനിയ്ക്ക് താങ്ങാനാവില്ലല്ലോ.
അതിനാൽ തൂക്കുപാത്രം എന്റെ
കയ്യിൽത്തന്നു, ജനനി സസ്നേഹം.
ഈ വഴികളൊന്നും കണ്ടിട്ടില്ല,
പിതാവിന്റെ പിന്നാലെ ഞാനും ;
ഈ പാറമുക്ക് ഹരിതാഭമയം,
ഈ കൊച്ചുവാഴയിവിടെ ആര് നട്ടു ?
താതന്റെ വേല നോക്കിക്കണ്ട്
രസിച്ചോട്ടെ ഞാനെന്ന്
വിചാരിയ്ക്കുന്നുവോ ഈ സ്നേഹനിധി?
കൂര പൂകുമ്പോൾ സൂര്യാസ്തമനമാകുമത്രേ.
-ആനന്ദവല്ലി ചന്ദ്രൻ

***

## 114. അകലെ

അകലെയാണെങ്കിലും
മനസ്സുകൾക്ക്
ദൂരം കുറഞ്ഞാൽ
അകലെയെന്നത്
കേവലം കണക്കുകൾ
ശാസ്ത്രലോകത്തിന്റെ.
അച്ഛനകലെയങ്ങ്
വിദേശത്ത് , കഠിനവേല ചെയ്ത്
കുടുംബം പോറ്റാൻ കഷ്ടപ്പെടുമ്പോൾ,
പിതാവ് അരികത്തിരിയ്ക്കാൻ
മക്കളും, പ്രിയതമന്റെ
സാമീപ്യം, ഭാര്യയും
കൊതിച്ചുപോകുന്നത്
നിത്യസാധാരണം മാത്രം
അടങ്ങാത്ത മോഹം.
സ്നേഹം മരീചികയല്ലെങ്കിൽ
അകലെയെന്നതൊരകലമല്ല.
മരിച്ചു മണ്ണിൽ ലയിച്ച
പ്രിയപ്പെട്ടവരാണ്
താരകങ്ങളായി നമ്മോട്
കണ്ണ് ചിമ്മുന്നതെന്നൊക്കെ
മുത്തശ്ശിമാർ പറയുമ്പോൾ
കുഞ്ഞുങ്ങൾ ആനന്ദിയ്ക്കും.,
അവർക്ക് നക്ഷത്രങ്ങൾ
അത്രയൊന്നും അകലെയുമല്ല.
അകലെയുള്ളവരെ കാണാൻ
പല ഉപകരണങ്ങളുണ്ടിന്ന്.

വേണമെങ്കിൽ അടുത്തെത്താനും
വിവിധ യാത്രാമാർഗ്ഗങ്ങളുമുണ്ട്
എന്നാലൊന്നറിയണം സ്നേഹ-
വായ്പിൽ അകലെയെന്നത് മിഥ്യ.
-ആനന്ദവല്ലി ചന്ദ്രൻ

***

## 115. അഗ്നിശലാക

പ്രകൃതിസുന്ദരി പച്ചപ്പട്ടണിഞ്ഞ്
നിൽക്കുമൊരു ശാലീന ഗ്രാമം.
ഒരുവശത്ത് ഓലക്കൂരകൾ,
മുന്നിലൊരു തോടിഴയുന്നു.
പാവം ദളിതസ്ത്രീകൾ, മൺപാത്രം,
ഉടുപടകൾ എല്ലാം കഴുകിടുന്നവിടെ.
ദൃഢകായർ, ദളിതപുമാന്മാർ
പാടത്ത് ഉഴുതുമറിയ്ക്കുന്നു,
പറമ്പിൽ കിളച്ചിടുന്നു , അവിശ്രമം
പെണ്ണുങ്ങൾ ഞാറ് നടുന്നു.
അക്ഷരവിരോധികളല്ലവർ,
അക്ഷരസ്പർശമേൽക്കാത്തവർ.
കാളിയെന്ന ദളിതബാലികയ്ക്ക്
അക്കങ്ങളും, അക്ഷരങ്ങളും,
ചിത്രങ്ങളും, സ്കൂളും കൂട്ടിന് ;
എല്ലാവരും അവളുടെയീ പ്രവണ -
തയ്ക്കെതിരെ ശബ്ദമുയർത്തി.
എന്നാലവൾ തോറ്റിരുന്നെങ്കിലും,
പിന്മാറാതെ ഉറച്ചുനിന്നു.
അവളുടെ ദൃഢനിശ്ചയത്തെ

പിന്തുണച്ച് പലരുമവളെ
സഹായിച്ച് , അനുഗ്രഹിച്ചു.
ഒടുവിലവൾ സ്ഥലം കലക്റ്ററും,
ആ ചേരിയിൽ, പങ്കത്തിൽ
തഴച്ചുവളർന്നു വിടർന്ന കമലവും:
ഫീനിക്സിനെപ്പോൽ ഉയർന്ന
അഗ്നിശലാകയുമായി , സർവ്വർക്കും
പ്രകാശം ചൊരിഞ്ഞ് , സർവ്വദാ .
ശക്തി സ്വരൂപിണിയും,
അർദ്ധനാരിയുമായവളെ
ജനം സ്നേഹിച്ച് ആരാധിച്ചു
വാഴ്ക നീ ഭൂവിൽ നീണാൾ.
-ആനന്ദവല്ലി ചന്ദ്രൻ

***


# 116. ശില്പകവിത


മനോജ്ഞമീ ശില്പം നിർമ്മിച്ച
ചാരുതയാർന്ന കൈകളുടെ
വിരുതിനെ വന്ദിക്കുന്നു ഞാൻ
തൊഴുകൈയോടെ പലപ്രാവശ്യം.
കാട്ടിലേയോ, നാട്ടിലേയോ
വൃക്ഷത്തിൽനിന്നും കടഞ്ഞെടുത്തതീ-
ശില്പം, സർവ്വർക്കും നയനകൗതുകം
പകർന്ന് ലാസ്യഭംഗിയോടെ.
ഇത്രനാളും പൂക്കളും,ഫലങ്ങളും,
പ്രാണവായുവും പ്രപഞ്ചത്തിലെ
ജീവികൾക്കായി നൽകിയ മരം
വീണതോ, വെട്ടേറ്റതോ ആവാം.

ഈ ശില്പത്തെ നോക്കുകിൽ
അപൂർണ്ണമെന്ന് തോന്നാം!
കൈമുട്ടുകളില്ലാത്ത
കാൽമുട്ടുകളില്ലാത്ത
കൈപ്പത്തികളില്ലാത്ത
പാദങ്ങളില്ലാത്ത
വികലാംഗശരീരം
മനുഷ്യക്കോലത്തിൽ .
വികലാംഗരെയോർമ്മിപ്പിക്കുന്നയീ-
പ്രതിമ, മൌനം നോവുകളും നൽകുന്നു.
-ആനന്ദവല്ലി ചന്ദ്രൻ

***

## 117. പാവകളോടൊത്ത്

ബാല്യകാലം പാവകളോടൊത്ത്
ആഹ്ളാദിച്ചുല്ലസിച്ചവൾ
പാവക്കുട്ടികളായിരുന്നവൾക്ക്
എന്തിനുമേതിനും, പ്രചോദനം.
മൂന്നാം ജന്മനാളിൽ , അമ്മാവൻ
നൽകിയ പാവക്കുട്ടിയവളിലാ-
ദ്യമായ് രാഗവായ്പ്പുണർത്തി
സ്നേഹതംബുരു നാദം മീട്ടി .
പത്തുവയസ്സായപ്പോഴേയ്ക്കും
അടുക്കും ചിട്ടയോടെ മനോഹരമാ -
യവൾ അടുക്കിവെച്ചു പാവക്കുട്ടികളെ
ചില്ലലമാറയിൽ , കൌതുകത്തോടെ.
വിവാഹിതയായിട്ടും അവളുടെ സ്നേഹ -
ഭാജനങ്ങളെയവൾ വിട്ടുപിരിഞ്ഞില്ല.

ആറുകൊല്ലം കഴിഞ്ഞിട്ടും
കുട്ടികൾ പിറന്നില്ലവൾക്ക്;
പാവകളെ ലാളിച്ചും, തലോടിയും
സന്തുഷ്ടയായവൾ ജീവിച്ചുപോന്നു.
പ്രിയതമന്റെ പ്രോത്സാഹനം
കൂടിയായപ്പോൾ പാവക്കുട്ടികളെ
നിർമ്മിച്ചവൾ, ചെറിയ തോതിൽ
വില്പന നടത്തി ലാഭവുമുണ്ടാക്കി.
ഒറ്റയ്ക്കായിരുന്നപ്പോഴും, ഒറ്റയ്ക്കല്ലെന്ന
തോന്നൽ അവളിലുളവാക്കി പാവകൾ
അത്രമേൽ സ്നേഹിച്ചിരുന്നവയെയവൾ
എന്നുമെന്നും കൂട്ടായിരുന്നവയവൾക്ക്.
-ആനന്ദവല്ലി ചന്ദ്രൻ
***


## 118. മണ്ണുതന്നെ ധനം


മണ്ണും, വിണ്ണും മധുരസ്വപ്നങ്ങൾ,
മണ്ണ് പാദത്തിന്ന് താഴെ ക്ഷിതിയിൽ
കണ്ണുകൾക്ക് മീതെ വാനിൽ വിണ്ണും;
മണ്ണില്ലെങ്കിൽ നാമില്ല,
പക്ഷിമൃഗങ്ങളില്ല,മരമില്ല,
പുല്ലില്ല, പൂക്കളില്ല ,കായ്കളില്ല
പാർപ്പിടങ്ങൾക്കും, കെട്ടിടങ്ങൾക്കും
കുഴിമാടങ്ങൾക്കും മണ്ണുതന്നെ വേണം.
മണ്ണിൽ നന്നായി കൃഷി നടത്തണം
ജീവജാലങ്ങൾക്ക് ജീവിക്കാൻ ;
ജലജീവികൾക്കും മണ്ണ് വേണം
പലപ്പോഴും നിലനിൽപ്പിന്നായി.

ശതാബ്ദങ്ങൾ ആവർത്തിച്ചാവർത്തിച്ച്
പാറകൾ ചൂടിലും, മഴയത്തും, തണുപ്പിലും
കാറ്റത്തും കിടന്ന് പൊട്ടിത്തകർന്ന്
പലതരം മണ്ണുണ്ടായിടുന്നു ഭൂവിൽ
മണ്ണ് ഖനനം ചെയ്ത് ലോഹങ്ങൾ,
പെട്രോളിയം, കൽക്കരി. സംഭരിക്കുന്നു ;
പലതരം മണ്ണ് നമ്മുടെയാവശ്യം
കല്ല്, ചുവന്ന മണ്ണ്, കളിമണ്ണ്,
മണൽ, രത്നം - എല്ലാം വേണം.
മണ്ണൊലിപ്പ് തടയണം നാം
പരിസ്ഥിതി സംരക്ഷ നമ്മുടെ മതം.
ആറടി മണ്ണ് മരിക്കുന്നവനും നൽകാം.
-ആനന്ദവല്ലി ചന്ദ്രൻ
***


# 119. മർമ്മരങ്ങൾ

മന്ദപവനൻ അന്തരീക്ഷത്തിൽ
കനിവിൻ മർമ്മരമുതിർക്കുന്നേരം
വൃക്ഷങ്ങൾ ചില്ലകൾക്കിടയിലൂടെ,
പത്രങ്ങളിലൂടെ മൃദുലം മർമ്മരമോതി
ശ്രവ്യമെൻ കാതുകൾക്ക് മധുരമായി.
പഴുത്തയിലകൾ ഇളം മർമ്മരത്തോടെ
നിപതിക്കുന്നു താഴെ ഇടവേളകളിൽ
ഗദ്ഗദത്തോടെ ഹൃദയസ്പന്ദനമൊത്ത്
മുളങ്കാടുകളുടെ മർമ്മരഗീതം
ഓടക്കുഴൽ നാദത്തിന് സദൃശമായി
കർണ്ണപുടങ്ങളിൽ സംഗീതമുതിർത്ത്
ദിവ്യമാമനുഭൂതി നൽകുന്നു താളത്തിൽ.

മലർച്ചെടികൾ പൂത്തുലയുമ്പോൾ
സുഗന്ധം തൂകുന്നു മർമ്മരത്തോടെ.
ഫലങ്ങൾ പഴുക്കുന്നതോടെ, കാറ്റിന്റെ
തലോടലിൽ വിഭ്രജംഭിച്ചു നിൽക്കയായി.
പ്രാവുകൾ മുട്ടകളുടെ മീതെ അടയിരുന്ന്,
കുഞ്ഞുങ്ങൾ പുറത്തുവരുമ്പോളവ
അമ്മപ്രാവിന്റെ മർമ്മരം ശ്രദ്ധിച്ച്
പിന്തുടരുന്നു പറക്കാനാവുന്നതുവരെ
സാഗരങ്ങളിരമ്പി, തിരകൾ കരയിലേക്ക്
ചിതറുമ്പോൾ വെള്ളിയലുക്കുകളുടെ
മർമ്മരം തികച്ചും ഹൃദ്യം, സുന്ദരവും;
ജീവന്റെയോരോ തുടിപ്പിലും മർമ്മരം.
- ആനന്ദവല്ലി ചന്ദ്രൻ
***


## 120. ജീവന്റെ നിലനിൽപ്പ്

വായു, വെള്ളം, ഭക്ഷണം,
വസ്ത്രം, കൂരകൾ, വെളിച്ചം
ജീവന്റെ നിലനിൽപ്പിന്
വൈദ്യന്മാരിവരെപ്പോഴും;
ആറുപേരിവർ, ഭൂവിൽ
അനുപേക്ഷണീയരെവിടെയും.
പ്രാണവായു, കാർബൺ ഡയോക്സൈഡ്,
നൈട്രജൻ, അപൂർവ്വവാതകങ്ങൾ എന്നിവ
വായുവിലുണ്ടെങ്കിലും പ്രാണവായുവില്ലാതെ
അഞ്ചുമിനുട്ട്പോലും ജീവിക്കാനാവില്ലെന്നറിക;
സർവ്വജീവികൾക്കും, സസ്യങ്ങൾക്കും
ഓക്സിജൻ വേണം ജീവസന്ധാരണത്തിന്നായി.

ശുദ്ധവായു വേണം , മാലിന്യങ്ങളില്ലാത്ത
വിഷവായു കലരാത്ത ഒന്നാന്തരം
പ്രാണവായുതന്നെ വേണം ശ്വസിയ്ക്കാൻ
എന്നാലിന്നത്തെയവസ്ഥ പരിതാപകരം.
ഫാക്ടറികളും, വ്യവസായങ്ങളും ഒന്നൊന്നായി
വിഷവും,പുകയും വായുവിൽ തള്ളുന്നു.
മരങ്ങൾ നടണം നമ്മൾ, ചുറ്റിനും
ധാരാളം ഓക്സിജനും, കാറ്റും ലഭിയ്ക്കാൻ
കൂടാതെ ഭക്ഷണപദാർത്ഥങ്ങൾക്കും..
ഓക്സിജനും, കുപ്പികളിലും, ജാറുകളിലും
മിനറൽ ജലംപോലെ വാങ്ങിയ്ക്കേണ്ടയവസ്ഥ
രൂക്ഷവും, വേദനാജനകവും ചിന്തിച്ചാൽ.
-ആനന്ദവല്ലി ചന്ദ്രൻ
***


# 121. പ്രത്യാശ


കുരിശിൽ മരണം ഒരുക്കിയൊടുങ്ങിയ
നാഥൻ മൂന്നാം ദിനം പൊൻപ്രഭയേകി
പാവം ജനക്കൂട്ടത്തിന്റെ മുമ്പാകെ
ജീവന്റെ ദീപശിഖയുമായി പ്രത്യക്ഷമായി.
ജനങ്ങൾ നെടുവീർപ്പിട്ടു, പ്രത്യാശയോടെ
തങ്ങളുടെ സംരക്ഷകൻ അവരുടെ
ഇടയിലേക്ക് വരുന്നെന്നവർ സ്വപ്നം കണ്ടു
ഉടനെയെഴുന്നേല്പിക്കുമെന്ന ആശ്വാസമോടെ.
-ആനന്ദവല്ലി ചന്ദ്രൻ
***

## 122. കുട്ടിയും, മുത്തശ്ശിയും

"മുത്തശ്ശി വരികെൻറെകൂടെ
രണ്ടുപേർക്കുംകൂടി പിടിക്കാം
വടി, ഒത്തൊരുമിച്ച് നടക്കാം
മെല്ലെ മുന്നോട്ട്, നമുക്ക് ."
കുട്ടി ചൊല്ലാതെ ചൊല്ലിയ
വാക്യം, മുത്തശ്ശിതന്നുള്ളിൽ
ചലനം സൃഷ്ടിച്ചു; നിവരാന -
വർ കൂനിൽ കയ്യമർത്തി.
-ആനന്ദവല്ലി ചന്ദ്രൻ
***


## 123. മൗനം

മൗനം വിദ്വാന് ഭൂഷണം
കേട്ടിട്ടുണ്ട് പലപ്പോഴുമീ മൊഴി;
മൗനം വിഷാദമുതിർക്കും
എന്നുള്ളിൽ, അകാരണം;
ഏകാന്തതയിലെൻ ഹൃദയം
എന്നെ വരിഞ്ഞുമുറുക്കി
ശ്വാസം മുട്ടിയ്ക്കുന്നിതീ മൗനം;
എന്തെങ്കിലും ചൊല്ലാം പൈതലേ.
- ആനന്ദവല്ലി ചന്ദ്രൻ
***


## 124. പ്രതീക്ഷ

മഞ്ഞക്കിന്നരിയുടുപ്പിട്ട കൊന്നപ്പൂക്കൾ

പൂത്തു, വിഷുവിന്റെ ആഗമനമറിയിച്ച്
സ്വപ്നങ്ങളും, പ്രതീക്ഷയുമുണർത്തി
നവവർഷത്തിൻ പുതുനാമ്പുകൾ.
പ്രതീക്ഷയുള്ളിൽ ഭാവനയിൽ
മാനംമുറ്റെ വളരുമ്പോൾ
ഇന്നലെയുടെ ദു:ഖവും, തളർച്ചയും
നമുക്ക് മറക്കാം, ആനന്ദിയ്ക്കാം.
ദാരിദ്ര്യം, യാതനകൾ - എല്ലാം
കരിഞ്ഞുപോട്ടെ, മുന്നിൽ
മാനവസൗഹാർദ്ദം വീണ്ടെടുക്കാം ;
വേണ്ട തൊഴിയും, കൊലമുഴക്കവും.
പീഡിപ്പിച്ചും, മാനം ഹനിച്ചുമുള്ള
നീണ്ട നാളുകളത്രയും പിന്തള്ളിയും,
പൊൻ കതിരണിയും അധ്വാനവും
നമ്മുടെ ശീലമായിടട്ടെ മേലിൽ.
പ്രതീക്ഷകൾ ജീവന്നാധാരം,
അവയില്ലെങ്കിൽ ജീവിതം
വിഷമമേറെ മനസ്സിലേറ്റും
ഭാവി ദുഷ്ക്കരവും, അർത്ഥശൂന്യവും
-ആനന്ദവല്ലി ചന്ദ്രൻ

***


# 125. രാജ്യസ്നേഹം


ജയ ജയ ഭാരതമാതാ മാതൃഭൂമി
ജനനീ ഭാരതഭൂമി, പുണ്യഭൂമി .
ഭാരതം നമ്മുടെ പ്രിയ ജന്മഭൂമി
ആർഷഭാരതമേവർക്കും പ്രിയം .
കുന്നുകളും,മലകളും, ആറുകളും

സാഗരങ്ങളും, തീരങ്ങളും,തിരകളും,
വനങ്ങളും , അരുവികളും, കായലുകളും
അതിർത്തികൾ തീർത്ത് ആരാമങ്ങളായി .
രാമായണകഥ പാടും നാനാദേശങ്ങളും
തുഞ്ചന്റെ കിളിപ്പാട്ടും , ഭഗവത് ഗീതയും
ഹിന്ദുവും, ക്രിസ്ത്യനും, മുസൽമാനും
സൗഹാർദ്ദത്തിൽ വാഴണം ഭാരതത്തിൽ.
നാനാത്വത്തിൽ ഏകത്വം കാണുന്ന
ത്രിവർണ്ണപതാകയ്ക്ക് കീഴിൽ
സ്നേഹത്തോടെ വേദങ്ങളും, ശാസ്ത്രവും
ബൈബിളും , ഖുറാനും പഠിച്ചിടാം.
- ആനന്ദവല്ലി ചന്ദ്രൻ

***

## 126. ഭാരതാംബ

ഈ ആർഷഭാരതത്തിൽ
ശ്രേഷ്ഠം മനുഷ്യനായി
പിറന്നതാണെൻ മഹാ-
ഭാഗ്യം,വമ്പിച്ച പുണ്യവും .
എനിക്ക് ചുറ്റും വിസ്മയദൃശ്യം
എണ്ണിയാലൊതുങ്ങാത്തത്രയും;
ഹരിതവർണ്ണം പുല്ലുരവതാനികൾ
മനോഹരം താരുലതാദികളും.
കുളങ്ങളും, കിണറുകളും,
ആറുകളും, അരുവികളും,
കടലുകളും, സമുദ്രങ്ങളും
മീനുകളും, പവിഴപ്പുറ്റുകളും.
ഗാന്ധിയും, വിവേകാനന്ദനും,

ആദിശങ്കരനും, അംബേദ്കറും,
ഇവിടെ ജന്മം പൂണ്ട്, നന്മകൾ
ഭാരതത്തിലാകമാനം ഉയർത്തി.
ത്രിവർണ്ണ പതാകക്കീഴിൽ
സ്നേഹം, അഹിംസ, സൗഹൃദം ,
സാഹോദര്യം, സമത്വം, സത്യം -
എന്നിവ കോട്ടം തട്ടാതെ കാക്കണം.
-ആനന്ദവല്ലി ചന്ദ്രൻ
***


## 127. എന്റെ കേരളം


മമകേരളമെന്ന് പറയുമ്പോൾ
എന്റെ സകല ഇന്ദ്രിയങ്ങളും
പറ കൊട്ടിടുന്നു മേളത്തോടെ
സുന്ദരതാളത്തിൽ, രാഗത്തിൽ
ഹൃദയവീണാ സ്വരവിന്യാസവായ്പ്പിൽ ;
ദേഹമാസകലം രോമാഞ്ചമാർന്ന്.
പ്രകൃതിരമണീയതകൊണ്ട്
അനുഗൃഹീതം എന്റെ കേരളം
പച്ച വില്ലീസിട്ട പരവതാനിക്കുമീതെ
വർണ്ണപ്പകിട്ടാർന്ന ചെടികളും,
പൂക്കളും നയനകഞ്ചുകം.
പൂർണ്ണസാക്ഷരത അഭിമാനവും.
കേരളീയർ മത്സരിക്കുമെന്നും
എന്നാലും ഒരേ മനസ്സോടെ
എല്ലാവരും സഹായത്തിനെത്തി
ഈയ്യിടെ നേരിട്ട പ്രളയദുരന്തത്തിൽ.
- ആനന്ദവല്ലി ചന്ദ്രൻ

***

## 128. നീലം മാവ്

മുറ്റത്തതിരിൽ നീലം മാവ്
ആദ്യമായി പൂത്തുകായ്ച്ചു
കാലമെത്തുന്നതിന് മുമ്പ് ;
മുഴുത്ത മാങ്ങകൾ ആടി
ഉണ്ണിക്കുട്ടന്റെ മനസ്സിൽ
സ്വർണ്ണനിറത്തെ വെല്ലുന്ന
മാങ്ങകൾ കാറ്റിലിളകി-
യാടി മാവിൽ ; എണ്ണത്തിൽ
കുറവെങ്കിലും സ്വാദിൽ
ചക്കര മാമ്പഴം; കൊതിയേറി.
ഉണ്ണിക്കുട്ടൻ മാവിൻ ചുവട്ടിൽ
പോയി, തോട്ടി അന്വേഷിച്ചു നടന്നു ;
അവനുറക്കെ കൂട്ടുകാരൻ
വേലാണ്ടിയെ വിളിച്ചരികിൽ;
വേലാണ്ടി, തോട്ടിയുണ്ടാക്കി.
ഒരു മരത്തിന്റെ സ്റ്റൂളും
മാവിൻ ചുവട്ടിൽ കൊണ്ടുവെച്ചു .
ഉണ്ണിക്കുട്ടൻ സ്റ്റൂളിൽ കയറി ,
തോട്ടിയാൽ മാങ്ങകൾ പൊട്ടിച്ചു.
ഹായ് , ഹായ്, നല്ല മധുരം... ഹൊയ്.
-ആനന്ദവല്ലി ചന്ദ്രൻ

***

## 129. കേരനാട്

കേരനാട്ടിൻ ഭൂപടം
വരയ്ക്കുകയാണെങ്കിൽ
കേരം നിറച്ച ഒരു
വഞ്ചിപോലിരിക്കും.
കണ്ണഞ്ചിക്കുന്ന ഭൂപ്രകൃതി,
കേരവൃക്ഷങ്ങളെങ്ങും .
ഒറ്റത്തടി തെങ്ങുകളുടെ
നെറുകയിൽ നാളികേരം
സമൃദ്ധം - ചുറ്റും ഓലകളും
കാടും,പുഴകളും നിറഞ്ഞ
കേരനാട്ടിൻ ശിരസ്സിൽ
പശ്ചിമഘട്ടവും, പൂർവ്വഘട്ടവും,
പർവ്വതനിരകളാൽ മനോഹരം.
കായലുകളും, തോടുകളും
ചേർന്നുകിടക്കുന്ന കേരളം
മനം കുളിർപ്പിക്കും, തഥാ
കേദാരങ്ങളും , വനങ്ങളും
നയനകൗതുകം പാരിൽ .
ഇന്ന് മരങ്ങൾ വെച്ചുപിടിപ്പിയ്ക്കാൻ
പലർക്കും താല്പര്യമില്ലെന്നും
കാടുകൾ വെട്ടിനിരത്തുന്നെന്നും
പരാതി , ഭീതി ; എന്നാൽ
സംരക്ഷണം വേണം,
അതല്ലേ നമ്മുടെ കടമയും.
-ആനന്ദവല്ലി ചന്ദ്രൻ
***


## 130. വില്ലാളിവീരർ

രണ്ടായിരത്തിപ്പത്തൊൻപത്
അവസാനവും, ഇരുപതിലും, ഇരുപ -
ത്തൊന്നിലുമായി ചില വില്ലാളി -
വീരർ; സൂക്ഷ്മതന്തുക്കളോ,
ജീവികളോയെന്ന് തിട്ടമില്ല;
കയറിയിറങ്ങുന്നു;
ലോകമെമ്പാടുമുള്ള
മനുഷ്യഗാത്രമാം ഗേഹത്ത്
തെല്ലും കൂസലില്ലാതെ.
കൊറോണയാണത്രെയിവർ;
നല്ലൊരു ഭാഗം ജനതയെ
വകവരുത്തുന്നിവർ, രാക്ഷസർ.
ലോകരാജ്യങ്ങളെ മുഴുവൻ
വിറപ്പിച്ചും, ഭയപ്പെടുത്തിയും
നടമാടിയ മഹായുദ്ധങ്ങളെപ്പോലും
വെല്ലുവിളിച്ചാണീ കൊറോണയുദ്ധം.
ഇവരെപ്പേടിച്ചാരും പുറത്ത്
കറങ്ങിനടക്കരുതെന്നുള്ള ആജ്ഞ
ലംഘിയ്ക്കുവാൻ ധൈര്യപ്പെടാതെ
വീട്ടിലിരിപ്പാൻ നിർബ്ബന്ധിതർ.
മൂക്കിൽ വിരൽ വെയ്ക്കുന്നില്ല നമ്മൾ,
മൂക്കും,വായും മൂടിക്കെട്ടിയകലുന്നു.
വലിയ കാർഡ്ബോർഡ് പെട്ടികളുടെ,
വശങ്ങൾ തുറന്ന്, ഒന്നിനൊന്നോട്
യോജിപ്പിച്ച കട്ടിലുകളിൽ,
കിടയ്ക്കകൾ പരത്തി, രോഗികളെ
കിടത്തുന്നു, ആസ്പ്പത്രികളിൽ,
അതിജീവനം നടത്താൻ, ജീവനക്കാർ..
ജീവാണു പ്രസരമാവാമീ യുദ്ധം

ശേഷിയ്ക്കുന്നവർ ഭാഗ്യവാന്മാരും.
-ആനന്ദവല്ലി ചന്ദ്രൻ
***

## 131.ഇന്നലെ, ഇന്ന്, നാളെ

കഴിഞ്ഞ സംഭവങ്ങൾ,
തുടയ്ക്കാത്ത പഴയ
ചെറുകണ്ണാടിയിൽ
പ്രതിബിംബിയ്ക്കുന്ന
തെളിയാത്ത അലകൾ.
മനസ്സെന്ന കണ്ണാടിയിൽ,
ചിലപ്പോൾ ചിത്രക്കൂട്ടുകൾ
തെളിഞ്ഞുമിരിയ്ക്കും.
അവ കണ്ടും, ഓർത്തും
ദു:ഖിയ്ക്കുന്നത് വെറും
പാഴ് വേല; അക്കണ്ണാടി
മാറ്റിടാം നമുക്കിന്ന് .
നാളെയെക്കുറിച്ചും
വേവലാതി കൂടുതൽ
വേണ്ടെന്നു വെയ്ക്കാം;
നാളെ അജ്ഞാതമാം
കരങ്ങളിൽ, അനിശ്ചിതം.
ഇന്ന്, തൊട്ടരികിൽ, ചിന്ത
വേണം, പദ്ധതികൾ വേണം.
ശ്രമിയ്ക്കണം, ഗ്ളാനി മാറ്റി
ആനന്ദിയ്ക്കണം, സോല്ലാസം.
ജീവിതം ജീവിച്ചും അറിവ്
നേടിയും, പകർന്നും കഴിയാം.

സ്നേഹിച്ചും കരുത്ത് നേടാം.
-ആനന്ദവല്ലി ചന്ദ്രൻ

***

## 132. ധന്യമീ മുല്ല

പൂമണം വീശാതിരിക്കാൻ
ആവില്ലെനിക്ക്
തൂവെണ്മയാണെൻ
വർണ്ണമെങ്കിലും.
ഇല്ല പൂക്കളത്തിൽ
സ്ഥാനമെനിക്കെങ്കിലും,
അംഗനമാർ തൻ
കൂന്തലിൽ പരിലസിക്കും
സന്തതം ലാളനയേറ്റ് .
തരുക്കളിൽ ഉടൽ
പടർത്തിയലങ്കരിക്കും
ഞാൻ, വിശ്വമോഹനം.
തരളം,സുരഭിലമെൻ
പരിമളം ആവോളം
ആസ്വദിക്കും മാലോകർ.
എത്ര പുണ്യമെൻ ജീവിതം!
എത്ര ധന്യം മുല്ലയെൻ വാസവും,
ഇവിടെയീ മോഹനഭൂമിയിൽ!
-ആനന്ദവല്ലി ചന്ദ്രൻ

***

## 133. നീർമാതളം പൂക്കുമ്പോൾ

കുട്ടിക്കാലത്ത് മേടത്തിലൊരു
ദിനം, ഞാനും, എന്നനിയനും
കുറച്ച് നീർമാതളവിത്തുകൾ
പാകി, പറമ്പിലെ മണ്ണിൽ;
സ്വവസതിക്ക് സമീപം.
കുറച്ച് വെള്ളം നിത്യേന
കുടഞ്ഞുപോന്നു, കുരുക്കൾ
പാകിയേടം; മോദമോടെ.
ചെടികൾ മുളച്ചപ്പോൾ
തടമിട്ടോരോന്നിനും,
വെള്ളമല്പ കൂടുതലും
നൽകി, വളത്തോടൊപ്പം.
എങ്കിലും, വളർന്നത്
രണ്ടേരണ്ടു ചെടികൾ;
തടിവെച്ചു രണ്ടുപേരും
ഇലകളെമ്പാടും ചുമന്ന് .
കാലം പിന്നിട്ടപ്പോളൊരുനാൾ
നീർമാതളമരം മരം പൂത്തുലഞ്ഞു;
തൂമണം തെന്നലിൽ വീശിയൊരു
മരം ; കായ്കൾ പഴുക്കുമ്പോൾ നമുക്ക്
പങ്കുവെയ്ക്കാമെന്നോതി,അനിയനു-
ണ്ണി പോയി, മാതുലന്റെ ഭവനത്തിങ്കൽ ;
അവിടന്നൊരു നീർമാതളപ്പഴം പൊട്ടിച്ച്
എനിയ്ക്കായി വെച്ചു , അരിപ്പെട്ടിയിലുണ്ണി.
-ആനന്ദവല്ലി ചന്ദ്രൻ
***

## 134. സംവാദം

തൂവെള്ള നിറമുള്ള ഒര-
രുമപ്പൂച്ച, മന്ദം നടന്ന്
വടക്കേ കോലായിലെ
ഉമ്മറപ്പടിയിലിരുന്നൂ
തെല്ല് വിഷാദമോടെ.
അപ്പോളതാ കേറുന്നു
ആ വീട്ടിലെ കറുപ്പൻ നായ
കോലായിലേയ്ക്ക്; പൂച്ചയുടെ
രോമങ്ങൾ എഴുന്നു നിന്നൂ
ഭീതിയാൽ, മൊഴിഞ്ഞവൾ,
"നമുക്കകലം വേണമെടോ."
"തമ്പുരാട്ടിയെന്തിനിത്ര
ഭയപ്പെടുന്നൂ അകാരണം?"
ചോദിച്ചു കാവൽ ഭടൻ,
കറുപ്പൻ നായ,സഗൗരവം.
"ഉണ്ട് കാരണം; പറയാം.
രാജ്യത്താകെ മഹാമാരി.
കൊറോണയെന്നോ
കെറുവാണെന്നോ ചൊല്ലി
തുളസിക്കുട്ടി,പേടിക്കണം";
എന്നായി വെള്ളപ്പൂച്ചയും.
"യജമാനത്തീ, ഭയം വേണ്ട,
കൊറോണ നമ്മോടടുക്കില്ല,
ഭാഗ്യം! എന്ന് ഭടൻ നായയും.
-ആനന്ദവല്ലി ചന്ദ്രൻ
***

## 135. ഓണനിലാവ്

ഞങ്ങൾ നാല് പക്ഷികൾ,
ചെറിയവയെങ്കിലും
മനോഹരവർണ്ണത്തിൽ
കുളിച്ചവർ, ഈ
ആപ്പിൾ മരത്തിന്റെ
ചാഞ്ഞ കൊമ്പിൽ,
വന്നിരുന്ന് സാദരം,
സ്നേഹത്തോടെ,
പാടുന്നു നിങ്ങൾക്കായ്
മംഗളം.. ഓണാശംസകൾ.
ചിന്നം പിന്നം മഴ
ചാറുന്നുണ്ടെങ്കിലും,
സന്തതം സൂര്യൻ..
താഴോട്ട് നോക്കി
പുഞ്ചിരി പൊഴിയ്ക്കുന്നു
തിളങ്ങി മനോഹരം.
-ആനന്ദവല്ലി ചന്ദ്രൻ
***


# 136.ഏകലവ്യൻ

ക്ഷത്രിയനല്ല, അവർണ്ണൻ
വില്ലും,അസ്ത്രവും
ഉപയോഗിച്ച് യുദ്ധ -
മുറകൾ ഗുരുവിൽ-
നിന്നും നേടാനാവില്ല;
കീഴ് ജാതിയിലെ വേടന് ;
ദ്രോണാചാര്യരെന്ന
ഗുരുവിന്റെ ചാതുരി

ധാരാളം കേൾക്കെ
അടിയന്റെ മനസ്സിലും
മോഹം വിരിഞ്ഞു.
ആചാര്യരുടെ രൂപം
മനത്തിൽ ധ്യാനിച്ച്
മുന്നിൽ ഗുരുവിന്റെ രൂപം
പ്രതിഷ്ഠിച്ച് അസ്ത്രങ്ങൾ
എയ്തു ദിനംതോറും
നിറഞ്ഞ ഭക്തിയോടെ,
ലക്ഷ്യം പിഴയ്ക്കാതെ.
ഒരുദിനം, നായയുടെ
വായിലേയ്ക്ക് ശരമെയ്തു.
ഇതുകണ്ട് ,ആചാര്യരും ,
പാണ്ഡവരും മുന്നിലെത്തി.
ഏകലവ്യന്റെ പെരുവിരൽ
ഗുരുദക്ഷിണയായി നൽകാൻ
ദ്രോണർ അരുളിയപ്പോൾ
തെല്ലും ശങ്കയില്ലാതെ
വേടച്ചെക്കൻ പെരുവിരലറുത്ത്,
ഇലച്ചീന്തിലാക്കി ഗുരുവര്യൻറെ
മുന്നിൽ നമസ്കരിച്ചു.
അങ്ങനെ വില്ലാളി വീരൻ
അർജ്ജുനനോടുള്ള ഗുരുവിൻറെ
ശിഷ്യ വാത്സല്യം ഉറപ്പിച്ചു.
ആരും തന്നെ പ്രകീർത്തിച്ചില്ല
ഗുരുവും, പരിവാരങ്ങളും മടങ്ങി.
ശപിച്ചതില്ലയീ വേടൻ ഗുരുവിനെ ,
ഇകഴ്ത്തിയില്ല അർജ്ജുനനേയും.
-ആനന്ദവല്ലി ചന്ദ്രൻ

# 137. ഹൈക്കു കവിതകൾ

കരിക്കിൻ വെള്ളം
കുടിക്കുകിൽ ചവർപ്പ്
ഇളം മധുരം


കുറുക്കൻ മുള്ള്
തൊണ്ടയിൽനിന്നെടുക്കാൻ
കൊക്കിനെ തേടി


കൊച്ചുനക്ഷത്രം
കൂട്ടമായി ഭൂമിയിൽ
പൂത്തിരിത്തുമ്പിൽ


ചെമ്പകമൊട്ടിൽ
ചുവന്ന രശ്മിജാലം
സൂര്യനു കീഴേ


പ്രഭാതത്തിലെ
നാമ്പിട്ട പയർവിത്ത്
കാറ്റിൽ നൃത്തമോ


എൻ മാനസമേ
ശക്തമാം കൊടുങ്കാറ്റ്
ചീവീടുകളെ


മേഘക്കീറുകൾ

കണ്ണുകളടയ്ക്കട്ടേ
അനാവൃതമാം

ചുട്ടമണ്ണിൻറെ
വായനാറ്റം ചുറ്റുമെൻ
സിരകളിലെ
-ആനന്ദവല്ലി ചന്ദ്രൻ

# 5. PUBLISHING DETAILS

This book was Compiled and Published by SOMYA SANJAY ASWANI. For more queries, you can contact us on whatsapp or you can mail us too.

EMAIL I'D :- Aswanisomya1710@gmail.com
Confessionsofheart6@gmail.com


PHONE NO. :- +91 8698468485